கொங்குப் பண்பாட்டில் தாலாட்டு

முனைவர் ஸ்ரீ. உமா

நியூ செஞ்சுரி புக் ஹவுஸ் (பி) லிட்.,
41-பி, சிட்கோ இண்டஸ்டிரியல் எஸ்டேட்,
அம்பத்தூர், சென்னை - 600 050.
☎ : 044 - 26251968, 26258410, 48601884

Language: Tamil

Kongu Panpattil Thaalaattu

Author : **Dr. S. Uma**

First Edition: July, 2024

Copyright: Author

No.of Pages: 84

Publisher:

New Century Book House Pvt. Ltd.,

41-B, SIDCO Industrial Estate,

Ambattur, Chennai - 600 050.

Tamilnadu State, India.

Email: info@ncbh.in

Online: www.ncbhpublisher.in

ISBN: 978 - 81 - 978363 - 4 - 3

Code No. A5144

₹ 105/-

Branches

Ambattur 044 - 26359906, **Spenzer Plaza (Chennai)** 044-28490027 **Trichy** 0431-2700885 **Pudukkottai** 04322- 227773 **Thanjavur** 04362-231371 **Tirunelveli** 0462- 2323990, 4210990, **Madurai** 0452-2344106, 4374106 **Dindigul** 0451-2432172 **Coimbatore** 0422-2380554 **Erode** 0424-2256667 **Salem** 0427-2450817 **Hosur** 04344-245726 **Krishnagiri** 04343-234387 **Ooty** 0423- 2441743 **Vellore** 0416-2234495 **Villupuram** 04146-227800 **Pondicherry** 0413-2280101 **Nagercoil** 04652-234990

கொங்குப் பண்பாட்டில் தாலாட்டு

ஆசிரியர்: முனைவர் **ஸ்ரீ. உமா**

முதல் பதிப்பு: ஜுலை, 2024

அச்சிட்டோர்: **பாவை பிரிண்டர்ஸ் (பி) லிட்.,**

16 (142), ஜானி ஜான் கான் சாலை, இராயப்பேட்டை, சென்னை - 14

☎: 044-28482441

All rights reserved. No part of this book may be reprinted or reproduced or utilised in any form or by any electronic, mechanical, or other means, now known or hereafter invented, including photocopying and recording, or in any information storage or retrieval system, without permission in writing from the publishers.

அணிந்துரை

'ஆராரோ ஆரிராரோ' இச்சொற்களின் ஒலி நம் காதுகளைத் தொட்ட மாத்திரத்தில் இது ஒரு தாலாட்டுப்பாடலின் தொடக்கம் எனச் சொல்லி விட முடியும். மும்மாரி பொழிந்த காலம் என நாம் சொல்லிச் சொல்லி பெருமிதம் கொண்ட பழங்கதை போன்ற இன்று தாலாட்டும் இருக்கிறது. உள்ளத்துணர்வுகளை வடிப்பதால் உயர்வு பெறுவது தாலாட்டு. காதல் நெஞ்சின் கூட்டுப்போல தாலாட்டு என்ற சொல்லும் இரண்டின் சேர்க்கையால் பிறந்த சொல்தான். தால் - நாக்கு; ஆட்டு- அசைத்தல். நாவினை அசைத்துப்பாடுவது தாலாட்டு. இதழ்கள் இரண்டையும் குவித்து ஈர நாவினை அசைப்பதால் வெளிப்படும் ஓசை பண்ணோடு பொருந்தும் போது இனிய தாலாட்டாக மலர்கிறது.

குழந்தைக்கு புலனாகும் உணர்வுகளில் கூர்மையானதும், ஆழமானதும், குறிப்பானதும் செவியணுர்வே ஆகும். பேரொலி கேட்டு வீறிட்டு அலறுவதும், இனிய தாலாட்டின் இன்னொலி கேட்டு அழுகையை அடக்கி இன்புற்று அமைதி காண்பதும் இச்செவியுணர்வே என்க. தாலாட்டின் இனிய ஓசை செவி வழியாக மழலையைச் சென்றடைகிறது. இமைக்கதவுகளை அடைத்து இரு விழிகளையும் மறைத்து குழந்தையை துயில் கொள்ளச் செய்கின்றது. தாய் பாடும் தாலாட்டு குழந்தையை தூங்கச் செய்வதோடு மழலையின் மூளையில் தாய் வெளிப்படுத்தும் அனைத்தும் பதிவாகச் செய்கிறது. குழந்தையின் உடலை மட்டும் வளர்ப்பவள் அல்லள் தாய். அக்குழந்தைக்கு தன் உள்ளத்தின் உணர்வுகளையும் சேர்த்தே வளர்க்கிறாள் தாய். அத்தாயின் உள்ளத்து இருப்புகளே அக்குழந்தையின் பிற்கால வெளிப்பாடுகளாகின்றன என்கிறார் நூலாசிரியர். உளவியல் அறிஞர்களும் இதைத்தான் சொல்லுகின்றனர்.

ஒரு தாயின் தாலாட்டு என்பது ஒரு ஓசையின் நீட்டல் அல்ல. அது உணர்வுகளின் ஊட்டம். அந்த ஊட்டம் தான் அக்குழந்தையின் வாழ்க்கை ஓட்டத்திற்கு வலிமை சேர்க்கும் மாமருந்து. இத்தகு பெருமைமிக்க தாலாட்டுப் பாடல்கள் அருகிவரும் காலகட்டத்தில், முனைவர் ஸ்ரீ.உமா அவர்கள் எழுதியிருக்கும் 'கொங்குப் பண்பாட்டில் தாலாட்டு' எனும் நூல் பல செய்திகளை ஆய்ந்து சொல்வதால் நாட்டுப்புறவியல் துறையில் கவனம் பெறுகிறது. அதிலும் தமிழர் பண்பாட்டில் கொங்கு நாடு தனிச்சிறப்பு வாய்ந்தது. தனித்துவமிக்க

கொங்கு நாட்டுத் தாலாட்டுப் பாடல்களை சேகரித்து அவர்களின் வாழ்வியலை படம்பிடித்துக் காட்டியுள்ளார் நூலாசிரியர்.

தாலாட்டுப் பாடல்களை பாடியவர்கள் யாப்பிலக்கணம் கற்று இசையிலக்கணம் பயின்று பாடியவர்கள் அல்லர். இந்த கொங்கு மண்ணில் பிறந்த மாண்புடையவர்கள். இதை நினைத்தே அசை போட்டு இசைத்துப் பாடுகின்ற ஆற்றலைப் பெற்றவர்கள் என்பதே உண்மையாகும். அப்பாடல்கள் அனைத்தும் வழிவழியாக வாய்மொழியாக இருந்தவையே. அப்பாடல்களை நூலாக்கம் செய்த பெருமை நூலாசிரியரைச் சேரும். கொங்குத் தாலாட்டில் வெளிப்பட்ட பண்பாட்டு மதிப்பீடுகளை மிக நுட்பமாக ஆராய்ந்து தாலாட்டில் இனம் கண்டு, தனித்தனி அத்தியாயங்களில் நூலாசிரியர் விளக்கியிருப்பது நூலின் சிறப்பு.

சமுதாயத்தின் மீது நம்பிக்கை கொண்டு இருப்பவர்களே இவ்வாறான பதிவுகளை முயற்சியுடன் செய்வார்கள். அவ்வகையில் நாட்டுப்புறவியலில் நல்லதொரு நூலைப் படைத்த முனைவர் ஸ்ரீ.உமா அவர்கள் பாராட்டிற்குரியவர். தொடரட்டும் அவரது பணி.

வாழ்த்துகளுடன்

- கவிஞர் கு.ரா

என்னுரை

தன்மானம் ஈந்தவள் தாய், தமிழ் மானம் தந்தவர் தந்தை. இரண்டையும் சேர்த்துக் கட்டிய பாட்டு தாலாட்டு. கொங்குப் பண்பாட்டில் தாலாட்டு எனும் இந்நூல் பிரசவம் ஆவதற்கு முன்பே பவானி வட்ட தாலாட்டுப் பாடல்கள் எனும் தலைப்பில் ஆய்வியல் நிறைஞர் பட்டத்திற்காக பாரதியார் பல்கலைக்கழகத்திற்கு அளிக்கப்பட்டு 18 ஆண்டுகள் கால இடைவெளிக்குப் பின் சில மாறுதல்களோடு நூலாக வெளிவருகின்றது.

ஒரு தாய் தவமிருந்து வயிற்றில் கரு உருவாகி பத்து மாதம் கழித்து குழந்தை பிறந்தவுடன் அத்தாய் எவ்வளவு மகிழ்ச்சி யடைவாளோ அவ்வளவு மகிழ்ச்சி இந்நூல் வெளியாவது. ஏனெனில் சிறுவயதிலிருந்தே நாட்டுப்புறப் பாடல்கள் மீது எனக்கிருந்த ஆர்வமே எனது ஆராய்ச்சிப் பட்டங்களுக்கு நாட்டுப்புறவியலை தேர்ந்தெடுக்க வைத்தது. நான் குழந்தையாக இருக்கும் பொழுது தாலாட்டில் மயங்கிய காலம் இருந்திருக்கும் என்று என் குழந்தையை தாலாட்டிய எனது தாயின் இசையில் உணர்ந்துகொண்டேன்.

தாலாட்டுப் பாடல்களில் ஏற்பட்ட ஈர்ப்பும், இத்தகைய வாய்மொழிப் பாடல்கள் அழிந்துவிடக்கூடாது என்ற தவிப்புமே இந்நூல் வெளியாகக் காரணமாயிருந்தன.

கொங்கு வட்டாரத்தில் உள்ள பல கிராமங்களுக்குச் சென்று ஒலிப்பதிவு நாடாவில் பாடல்களை சேகரித்தேன். அவ்வாறு கள ஆய்விற்குச் செல்லும் போது பல்வேறு அனுபவங்களைப் பெற்றேன். அவை அனைத்தும் நாட்டுப்புறவியலின் முன்னோடி தே.லூர்து அவர்களின் நூலான 'நாட்டார் வழக்காற்றியல் கள ஆய்வில்' நான் பலமுறை படித்த அனுபவங்களேயாகும். தாலாட்டுப் பாடலை பெண்கள் மட்டுமல்ல கொங்கு வட்டாரத்தில் ஆண்களும் பாடினர். அப்பாடல்களைக் கொண்டே கொங்குப் பண்பாட்டில் தாலாட்டை இசைக்கலானேன். பிறப்பிலிருந்து இறப்பு வரை பாட்டாலே புத்தி சொன்ன இனம் நம் தமிழர் இனம். "தலைச்சன் பிள்ளைக்காரிக்கு தானாக வரும் தாலாட்டு" என்ற பழமொழி தமிழர்களின் பண்பு நிலைகளை விளக்குகிறது.

கொங்கு நாட்டு மக்கள் தம் வாழ்வில் நடைபெறும் இன்ப துன்பங்களை எல்லாம் உணர்வுப்பூர்வமாக தாலாட்டில் வெளிப்படுத்தி

அமைதியும் ஆனந்தமும் அடைகிறார்கள். அவ்வகையிலே தாலாட்டில் மறைந்துள்ள பண்பாட்டுக் கூறுகளை இந்நூலில் பதிவு செய்துள்ளேன். இந்நூலை எழுதுவதற்கு எனக்கு ஆர்வத்தை ஏற்படுத்தியவர் மறைந்த மேட்டூர் தமிழ்ச்சங்கத் தலைவர் செந்தமிழ்க்கோ கவிஞர். கோ.பெ.நா. அவர்கள். அவர் பதிவு செய்த பாலைமலை பாடல்கள், கத்திரி மலைச் சாரல் போன்ற வாய்மொழி இலக்கியங்களைப் பற்றி அவரிடம் கலந்துரையாடியதே நாட்டுப்புறவியலில் எனக்கு நாட்டத்தை ஏற்படுத்தியது. அவருக்கு எனது நன்றியைப் படைக்கிறேன்.

என் இந்த நூலுக்கு அணிந்துரை வழங்கியுள்ள பண்பாளர் கவிஞர் கு.ரா. அவர்கள் 'நாட்டுப்புறவியல் திலகம்' என்ற பட்டத்தைப் பெற்றவர். தாலாட்டுக்கு தந்தை இனத்தின் அணிந்துரை அவசியம் என்ற எண்ணத்தோடும் மேலும் குழல் + யாழ் = குழந்தை என்ற கவிதை நூலை ஆக்கித் தந்தவர் தாலாட்டுக்கு அணிந்துரை வழங்குவது சிறப்பு நல்கும் என்ற நோக்கத்தோடும் எனது எழுத்து அனைத்தும் அவர் பகுத்தறிவில் பட்டை தீட்டப்பட்டது என்ற நன்றியுணர்வோடும் நன்றி நவில்கிறேன்.

தாலாட்டுப் பாடலை பதிவு செய்ய எனக்கு உறுதுணையாக இருந்ததோடு இந்நூல் வெளிவர ஆவலோடு என்னை உற்சாகப்படுத்திய எனது கணவர் திரு. ந.ராஜ்குமார் அவர்களுக்கும் நன்றி சொல்ல கடமைப்பட்டுள்ளேன். தாலாட்டுப் பாடல்களில் எனது உள்ளத்தை ஊறச்செய்து உணர்வுகளை வார்த்தைகளால் வசமாக்க உதவிய எனது குழந்தை ரா.திவ்யா அவர்களுக்கு தாயின் நன்றி.

கொங்கு வட்டாரப் பதிவுக் களத்தில் தாலாட்டுப் பாடல்களை பாடிய ஆண், பெண் ஆகிய பெருந்தகையினர்க்கும் எனது நன்றியை காணிக்கையாக்குகிறேன்.

எழுத்துலகில் எனது முதல் பிரசவமாம் 'கொங்குப் பண்பாட்டில் தாலாட்டு' எனும் இந்நூலை வெளியிட இசைந்த நியூ செஞ்சுரி பதிப்பகத்தாருக்கும், என்னை ஊக்குவித்த மக்கள் சிந்தனைப் பேரவையின் தலைவர் திரு த.ஸ்டாலின் குணசேகரன் அவர்களுக்கும் நன்றி பாராட்டி வணங்குகிறேன்.

- ஸ்ரீ. உமா

பொருளடக்கம்

1. முன்னுரை — 9
2. நாட்டுப்புறவியலும் தாலாட்டும் — 15
3. கொங்குப் பண்பாட்டு உறவுமுறைகள் — 20
4. கொங்குப் பண்பாட்டு பழக்கவழக்கங்கள் — 38
5. கொங்குப் பண்பாட்டு நம்பிக்கைகள் — 53
6. கொங்குப் பண்பாட்டுத் தொழில்கள் — 68
7. நிறைவுரை — 82

1. முன்னுரை

தமிழ் இலக்கியங்களில் வளர்ந்து வரும் புதிய துறைகளில் நாட்டுப்புறவியலும் ஒன்றாகும். மனிதன் பேசத் தொடங்கிய நாள் முதலே நாட்டுப்புறப் பாடல்களும் தோன்றிவிட்டன. தமிழ்ச் சான்றோர் செய்த செவ்வியல் இலக்கியங்கள் போல பொதுமக்கள் இலக்கியமாகிய நாட்டுப்புற இலக்கியங்கள் பல அரிய செய்திகளையும், உண்மைகளையும் கூறுகின்றன. எனவே, இப்பாடல்கள் மக்களின் வாழ்க்கையைப் படம் பிடித்துக் காட்டுவதாக உள்ளன. இன்பமும் துன்பமும் இணைந்த வாழ்க்கை தான் மனிதனின் உண்மையான நிலை. தாலாட்டுப் பாடல்கள் இன்பத்தின் வெளிப்பாடாக அமைந்துள்ளது. இப்பாடலின் வழி மக்களின் கருத்துக்களைப் பரிமாற்றம் செய்ய முடிகிறது. தாலாட்டுப் பாடல்கள் மனிதனின் இன்பத்தை வெளிப் படுத்துவதோடு மட்டுமல்லாமல் மக்களின் வாழ்க்கை முறைகளை அறிந்து கொள்வதற்குப் பெரிதும் உதவுவதோடு பயன்தரத்தக்க செய்திகளையும் தருகிறது.

ஆறு மாதங்களாக கொங்கு வட்டத்தைச் சுற்றியுள்ள கிராமங்களுக்குச் சென்று பல்வேறு இடங்களில் தங்கி, பல்வேறு இனத்தவரிடையே கலந்துரையாடி, பல்வேறு அனுபவங்களைப் பெற்று தகவலாளிகளைத் தேர்ந்தெடுத்து அவர்களின் உதவியால் பாடல்கள் சேகரிக்கப்பட்டு, அப்பாடல்களை ஒலிப்பதிவு நாடாவில் பதிவு செய்யப்பட்டவையே இந்நூலுக்குப் பயன்படுத்தப்பட்டன. இத்தாலாட்டுப் பாடல்களின் மூலம் மக்கள் தங்களது இன்ப துன்பங்களையும், பழக்கவழக்கங்களையும் வெளிப்படுத்துகின்றனர். இதன் மூலம் அவர்களது குடும்பச்சூழல், சமுதாய அமைப்பு, மக்களது வாழ்க்கை முறை ஆகியவற்றை அறிந்துகொள்ள முடிகின்றது. கொங்குப் பண்பாட்டில் தாலாட்டைப் பற்றி அறிந்துகொள்வதற்கு முன் கொங்கு நாட்டைத் தெரிந்துகொள்வோம்.

கொங்கு நாட்டின் தொன்மை

பழங்காலந் தொட்டே கொங்குநாடு பழமை வாய்ந்த நாடாகும். பல மன்னர்களின் ஆட்சிக்குட்பட்டு விளங்கிய கொங்குநாடு ஒரு தனிப் பகுதியாக விளங்கியதாக பழைய இலக்கியங்கள் கூறுகின்றன.

சேர, சோழ, பாண்டிய நாடுகளுடன் தொண்டை நாடும், கொங்குநாடும் சேர்த்துத் தமிழ்நாடு ஐந்து பிரிவுகள் என்று கருதும்

வழக்கம் முன்பு இருந்ததாகப் பண்டைய இலக்கியங்கள் இதனை உறுதிப்படுத்துகின்றன. 'வியன் தமிழ்நாடு ஐந்து' என்று தண்டியலங்காரமும், 'தமிழ் மண்டிலம் ஐந்து' என்று திருமந்திரமும் கூறுகின்றன. சங்க காலத்தில் கொங்கு நாடு தனி நாடாகக் கருதப்பட்டது. கொங்கு நாட்டின் வரலாறு, நாகரிகம், கலை, பண்பாடு, பழக்கவழக்கங்கள் பிற சிறப்புகள் ஆகியவை தனிப்பட்டவை.

பழங்காலம் முதலே கொங்கு நாடு தமிழகத்தின் ஒரு பகுதியாகவே இருந்து வருகிற போதிலும் அதன் வரலாறு ஏனோ தமிழ் நாட்டின் வரலாற்றோடு இணைந்து எழுதப்படாமல் தனிப்பட்ட வரலாறாகவும் எழுதப்படுவதைக் காணமுடிகிறது. கொங்கு நாட்டின் வரலாறு இல்லாமல் தமிழகத்தின் வரலாறு ஒருக்காலும் நிறைவு பெற்றதாகாது.

கொங்கு நாட்டின் எல்லைகள்

கொங்கு நாட்டின் வடக்கெல்லையாக பெரும் பாலையும், மேற்கெல்லையாக வெள்ளி மலையும், கிழக்கெல்லையாக குளித்தலையும், தெற்கெல்லையாக வைகாவூரும் அமைந்துள்ளது. இதனை

"வடக்குப் பெரும்பாலை வையாறு தெற்கு
குடக்குப் பொருப்பு வெள்ளிக்குன்று - தடக்கீழ்
கழித்தண் டலையளவு காவேரி சூழ் நாடா
குழித்தண் டலையளவு கொங்கு"

என்று கோவைக்கிழார் குறிப்பிடுகின்றார்.

கிழக்கில் மதிற்கரையும், தெற்கில் பழநியும், மேற்கில் வெள்ளியங்கிரியும், வடக்கில் பெரும்பாலையும், நான்கு திசைகளின் எல்லையாகக் கொண்டு வளப்பம் பொருந்தித் தேவர்களும் தங்கியுள்ளது கொங்கு மண்டலமென்பது ஆகும். இதனை

"மதிற்கரை கீட்டிசை தெற்கு பழநி மதிகுடக்குக்
கதித்துள வெள்ளிமலை பெரும்பாலை கவின் வடக்கு
விதித்துள நான்கெல்லை சூழவள முற்று மேவி விண்ணோர்
மதித்திட வாழ்வு தழைத்திடு நீள்கொங்கு மண்டலமே"

என்று கார்மேகக் கவிஞர் கூறுகிறார். இருவரது கருத்தையும் நோக்கினால் கிழக்கெல்லையாக அமைந்திருப்பது குளித்தலை என்று முன்னவர் கூற, பின்னவர் கிழக்கெல்லை மதிற்கரை என்று குறிப்பிடுகிறார். கிழக்கு எல்லையில் மட்டும் தான் இவ்வேறுபாடு. மற்ற மூன்று எல்லைகளையும் இருவரும் ஒன்றாகவே கூறுகின்றனர் என்பது தெளிவாகிறது.

கொங்கு நாட்டின் பிரிவுகள்

பூந்துறை நாடு, தென்கரைநாடு, காங்கேய நாடு, பொன்கலூர் நாடு, ஆறை நாடு, வாரக்கனாடு, திருவாவினை குடி நாடு, மண நாடு தலைய நாடு, தட்டயனாடு, பூவானிய நாடு, அரைய நாடு, ஒடுவங்க நாடு, வடகரை நாடு, கிழங்கு நாடு, நல்லுருக்கனாடு, வாழவந்திநாடு, அண்ட நாடு, வெங்கால நாடு, காவடிக்கனாடு, ஆனைமலை நாடு, ராசிபுர நாடு, காஞ்சிக் கோயினாடு, குறும்புனாடு என்று கொங்கு நாடு இருபத்தி நான்கு உட்பிரிவுகளைக் கொண்டது என்பதை அறியலாம்.

கொங்கு பெயர்க் காரணம்

கொங்கு மலைகளால் சூழப்பட்டதாலும், மிதமான தட்ப வெப்பத்தை உடையதாலும், அடர்ந்த காடுகளை உடையதாலும், கனிவளம் மிகுந்ததாலும் கொங்கு என்னும் பெயர் உடையது. கொங்கு என்னும் தலைநகரத்தால் கொங்கு என்னும் பெயரைப் பெற்றிருக்கலாம். கொங்கு என்னும் பெயர்க்காரணத்தைப் பற்றிப் பல விளக்கங்கள் கொடுக்கப்பட்டுள்ளன.

கொங்கு என்றால் தேன், தாது என்ற பொருள்களுண்டு. எனவே கொங்கு நாடு மலைகள் பல செறிந்து மலர் நிறைந்தது. தேனும், தாதும் மிகுந்திருந்ததால் இப்பெயர் பெற்றது என்பது பெருவழக்கான கருத்து. கச்சியப்ப முனிவர் பேரூர் புராணத்தில்

"கோதை பயில் விற்கொடி குலாவிய புயத்தன்
கோதையர் விழிக்கணை குளிக்கு மருமத்தன்
கோதை கமழுங் கவிகைக் கொங்கனென விள்ளுங்
கோதை நனியாண்டதொரு கொங்கு வள நாடு"

என்று கொங்கன் என்ற சேரன் ஆண்டதால் இப்பெயர் பெற்றதாகப் பாடுகிறார்.

குடகு என்பதைப் போலவே கொங்கு என்பதும், மேடுபள்ளமான வளைந்த நிலத்தைக் குறிக்கும். இந்த நில அமைப்பின் காரணமாகவே கொங்கு நாட்டிற்குக் 'கொங்கு' என்ற பெயர் ஏற்பட்டது என்பர்.

கொங்கு நாட்டைக் கங்கை வம்சத்தினர் ஆண்டதனால் கொங்கு என்ற பெயர் பெற்றது என்று கூறுகின்றனர். கொங்கு நாட்டில், கொங்கு என்னும் சொல்லைக் குறிக்கக் கூடிய தேன், பூந்தாதுகள் ஏராளமாக நிறைந்திருந்ததால் 'கொங்கு' என்ற பெயர் பெற்றது என்கின்றனர். கொண என்ற தமிழ்ச்சொல் வீணான, பயனற்ற என்ற பொருளில் சங்க நூல்களில் வழங்கப்படுகின்றன. கொங்கு நாட்டின்

பெரும்பகுதி மலைகளாகவும், காடுகளாகவும், பயிர்த் தொழிலுக்குப் பயன்படாத நிலங்களாகவும் உள்ளன. எனவே, பயனற்ற காடுகள் நிறைந்த நாடு என்ற பொருளில் கொண்கானம் எனக் குறிக்கப்பட்டு இப்பெயரே கொங்கு என்று மாறியது என்ற கருத்து ஓரளவு பொருத்தமாகவே தோன்றுகிறது.

மைசூர் மாவட்டத்திலுள்ள தலைக்காட்டை தலைநகரமாகக் கொண்ட கங்கை வம்சத்து மன்னனான கொங்குவர்மனின் பெயரால் கொங்கு நாட்டிற்கு அப்பெயர் ஏற்பட்டிருக்கலாம் என்கின்றனர். மேலும் தேனருவி, மேற்றிசை, முந்தானைமுனை இப்படியாகப் பல்வேறு பொருளைத் தரும் கொங்கு என்ற சொல் கங்கு என்பதிலிருந்து புலமை பெற்றிருக்கலாம் என்பது இலக்கிய கர்த்தாக்களின் கொள்கையாகும். இடத்திற்கு ஏற்றவாறு பொருளும் மாறுபடக் கூடும்.

மேற்கூறிய கருத்துகளை நோக்க கொங்கு நாட்டை 'கொங்கன்' என்ற சேரன் ஆண்டதாலும், இரண்டாம் நூற்றாண்டில் கங்கை வம்சத்தினர் ஆண்டதால் அது கங்கை நாடாகி பின்னர் 'கொங்கு நாடு' எனப் பெயர் பெற்றது என்பதும், கங்க வம்சத்து முதல் மன்னனாகிய கொங்குவர்மனின் பெயரால் கொங்கு நாடு எனப் பெயர் பெற்றது என்பதும் பொருத்தமான ஒன்றாகும்.

இலக்கியத்தில் கொங்கு

இலக்கியங்களில் கொங்கு பற்றிய செய்திகள் காணப்படுகின்றன.

புறநனூற்றில்,

"கொங்கர் குடகட லோட்டிய ஞான்றை"

என்றும்

"கொங்கு புறம் பெற்ற கொற்ற வேந்தே"

என்றும் கொங்கு பற்றிய செய்திகள் இடம் பெற்றுள்ளன.

குறுந்தொகையில் "ஒளிறுவாள் கொங்கர்" என்று கொங்கு நாடு பற்றியும், சுந்தரரின் தேவாரமாகிய ஊர்த் தொகையில் 'கொங்கில் குறும்பில் குரக்குத்தறியாய்' என இடம்பெற்றுள்ளது. பெரிய புராணத்தில் 'கொடுமுடியணைந்தனர் கொங்கில்' என்றும், 'கொங்கரொடு குடபுலத்து மன்னர்' என்றும் இடம் பெற்றுள்ளதைக் காணலாம்.

கொங்கு நாட்டின் சிறப்புகள்

கொங்கு நாடு, தமிழ்நாட்டில் உள்ள ஏனைய நாடுகளாகிய சேர, சோழ, பண்டிய நாடு, தொண்டை நாடு ஆகியவற்றைப் போன்றே

பழமைச் சிறப்பையும், மற்றும் பல சிறப்புகளையும் பெற்றுள்ளது. மேலும் கோசர் என்னும் ஒரு மரபினர் பண்டைக் காலத்தில் இருந்துள்ளனர் என்றும் அவர்களுள் ஒரு பிரிவினர் கொங்கு நாட்டில் வாழ்ந்துள்ளனர் என்றும் தெரிகிறது.

மலைகள், மலைக் கோவில்கள், முருகனின் திருத்தலங்கள், ஆழ்வார்கள், நாயன்மார்களால் பாடப் பெற்ற தலங்கள், சித்தர்களால் போற்றப்படக்கூடிய மூலிகைகள் ஆகிய அனைத்தும் கொங்கு நாட்டில் நிறைந்து காணப்படுகிறது. அவிநாசி, திருப்பாண்டிக் கொடுமுடி, பேரூர், பவானி, திருமுருகன்பூண்டி, வெண்ணெய் மலை, அறப்பள்ளி, திருச்செங்கோடு, வெஞ்சமாக்கூடல், குரக்குத்தளி முதலிய திருப்பதிகள் கொண்டது கொங்கு மண்டலம் ஆகும்.

குமணன், அதியமான், ஓரிவள்ளல், கோசர்கள், முத்தரசர், கொங்கணச் சித்தர், கஞ்சமலைச் சித்தர், கரூர் சித்தர், செங்குன்றூர்க் கிழார், இலக்கண நூலான நன்னூலை எழுதிய பவணந்தியார் ஆகியோர் வாழ்ந்ததும் கொங்கு மண்டலம் ஆகும்.

கொங்கு நாட்டுத் திருத்தலங்கள்

கொங்கு நாட்டில் தேவாரப் பாடல்கள் பாடப்பெற்ற திருத்தலங்கள் ஏழு அமைந்துள்ளன.

1. திருஅவிநாசி
2. திருமுருகன்பூண்டி
3. திருநணா
4. திருச்செங்கோடு
5. திருவெஞ்சமாக் கூடல்
6. திருப்பாண்டிக் கொடுமுடி
7. திரு ஆனிலை (கருவூர்)

விசேடம் கூறப்பெற்ற மலைகள்

திருச்செங்கோடு, காந்தமலை, பழனி, ஐவர்மலை, மருதமலை, சென்னிமலை, கொல்லிமலை ஆகியன கூறப்படுகின்றன.

கொங்கு நாட்டின் வரலாறு

கொங்கு நாட்டை கங்கை வம்சத்தினர், மராட்டியர், சோழர்கள், மைசூர் மன்னர்கள், விஜயநகர அரசர்கள், உடையார்கள், முகம்மதிய மன்னர்கள் ஆகியோர் ஆட்சி புரிந்தனர். திப்பு சுல்தான் காலத்தில் இக்கொங்கு நாட்டுப்பகுதி ஆங்கில ஆட்சியின் கீழ் வந்தது.

சங்க காலத்தில் கொங்கு நாட்டைக் கோசர்களும், இருங்கோவேள் முதலிய வேளிர் மரபினரும் ஆட்சி புரிந்தனர். அக்காலத்தில் வள்ளல்களில் அதியமான் மரபினர் தகடூர்ப் பகுதியையும், வல்வில் ஓரியும் அவன் மரபினரும் கொல்லிமலைப் பகுதியையும், வையாவிக் கோப்பெரும்பேகன் மரபினர் பழனிமலைப் பகுதியையும், குமணவள்ளல் மரபினர் முதிரமலைப் பகுதியையும் ஆட்சி புரிந்தனர்.

கொங்கு நாட்டின் அமைப்பு

நான்கு பக்கங்களிலும், மலையரண்களால் சூழப்பெற்ற சமநிலைப் பரப்புடைய நாடு கொங்கு நாடாகும். இந்நாட்டினை இயற்கையிலே வரையறுக்கப்பட்ட ஒரு நிலபாகம் எனலாம். இந்நாட்டின் மலையரண்களில் கிழக்குப் பக்கத்தில் சேர்வராயன் மலையும், கொல்லி மலையும், சுமார் 1200மீ உயரம் உடையன. வடக்கே தலைமலை, பருகூர்மலை இரண்டும் சுமார் 900 மீட்டர் உயரத்திலும், மேற்கே வெள்ளிமலை 1800 மீட்டர் உயரமும், நீலகிரிமலை 2100 மீ உயரத்திலும், தெற்கே ஆனைமலை, வராக மலை இரண்டும் சுமார் 1800 மீ உயரத்திலும் உள்ளன. இம்மலைகளெல்லாம் செங்குத்தாக உயர்ந்து நிற்க இவற்றையடுத்துள்ள அடிவாரங்கள் 300 மீட்டர் முதல் 450 மீட்டர் உயரமுள்ள இடங்களாக இருக்கின்றன. இவ்வடிவாரங்களிலிருந்து நிலம் சிறிதாக வாட்டமாகத் தாழ்ந்து அமைந்துள்ளது. ஆகையால், உபநதிகளும், காட்டாறுகளும் சற்று அரண்களில் நாட்டின் நடுவே ஓடும் காவேரியில் கலக்கின்றன.

மேற்கில் பவானி, நொய்யல், அமராவதியும், கிழக்கில் மணிமுத்தாறு நதியும், உபநதிகளாக ஓடுகின்றன. இவற்றுள் பவானியில் சிறுவாணி, பாய்கரை, கல்லாறு, குன்னூராறு, மாயாறு ஆகியவையும், காட்டாறுகளும் உபநதிகளாகச் சேர்கின்றன. நொய்யலில் காஞ்சி நதி, நீலிப்பள்ளம், வண்ணாற்றாங்கரை, நள்ளாறு ஆகியவை உபநதிகளாகச் சேர்கின்றன. மலைகளாலும், நதிகளாலும் சிறந்து விளங்குகின்ற கொங்குநாடு இயற்கை அன்னையின் உறைவிடமாக, கை புனைந்தியற்றாக் கவினார் நாடாக அமைந்து பொலிவுறுகின்றது என்கிறார்.

2. நாட்டுப்புறவியலும் தாலாட்டும்

மனித இனம் தோன்றிய அன்றே நாட்டுப்புற இலக்கியங்களும் தோன்றிவிட்டன எனலாம். நாட்டுப்புற வழக்குகள் பற்றி அறிவியல் அடிப்படையில் ஆராயும் இயல் நாட்டுப்புறவியலாகும். "நாட்டுப்புற மக்களின் பழக்கவழக்கங்களையும், பண்பாடுகளையும், நம்பிக்கை களையும், இலக்கியங்களையும் ஆராயும் இயலே நட்டுப்புறவியலாகும்" என சு.சக்திவேல் குறிப்பிடுகிறார்.

நாட்டுப்புறவியலைக் குறிக்கும் 'Folk Lore' என்ற சொல் 1846 இல் வில்லியம் ஜான் தாமஸ் அவர்களால் உருவாக்கப்பெற்றது. இதற்குப் பின்னரே இவ்வாய்வு வளர்ந்தது. 'Folk Lore' என்று ஆங்கிலத்தில் அழைக்கப்படும் நாட்டுப்புறவியலைப் பற்றி அறிஞர்கள் வெவ்வேறு வகையாக விளக்கம் தந்துள்ளனர். 'Folk' என்பதை விவசாய மக்கள் என்றும், நாட்டார் என்றும் அழைப்பர்.

" 'Folk' என்பதற்கு நாட்டார் என்ற சொல் மிகப் பொருத்தமான ஒன்றாகும். நாட்டார் கூட்டம் என்று மக்கள் வழக்கிலும் காணப்படுகிறது. இலங்கைத் தமிழ் மக்களும் நாட்டார் என்ற சொல்லையே கையாளுகின்றனர். இச்சொல் படித்த, படிக்காத மக்கள் எல்லோரையும் குறிக்கும். மேலும் 'Lore' என்பதற்கு 'வழக்காறு' என்ற சொல்லும் பொருத்தமானதே. வழக்காறு என்பதில் வாய்வழக் கிலுள்ள (Oral) பாடல்கள், கதைகள், பழமொழிகள், விடுகதைகள் முதலியவற்றையும் வழக்கத்திலுள்ள நம்பிக்கைகள், பழக்க வழக்கங்கள், சடங்குகள் முதலியவற்றையும் அடக்கலாம்" என்று நாட்டுப்புறவியலைப் பற்றி தே.லூர்து குறிப்பிடுகின்றார். அ.மு.பரமசிவானந்தம் நாட்டுப்புறவியலை 'வாய்மொழி இலக்கியம்' என்று குறிப்பிடுகின்றார். நாட்டுப்புறவியல் என்ற சொல்லே நாட்டுப்புற அறிஞர்களால் ஒப்புக்கொள்ளப்பட்ட சொல்லாகும்.

வகைகள்

நாட்டுப்புறவியலை 1. நாட்டுப்புற இலக்கியம், 2. நாட்டுப்புறக் கலைகள் மற்றும் நம்பிக்கைகள் என இரண்டாக சு.சக்திவேல் பகுக்கின்றார். நாட்டுப்புற இலக்கியம், நாட்டுப்புறப் பாடல்கள், நாட்டுப்புறக் கதைகள், நாட்டுப்புறக்கதைப் பாடல்கள், பழமொழிகள்,

விடுகதைகள், புராணங்கள் ஆகியவற்றை உள்ளடக்கியது. நாட்டுப்புறக் கலைகள், நாட்டுப்புற நம்பிக்கைகள், நாட்டுப்புறக் கைவினைப் பொருட்கள், நாட்டுப்புற பழக்கவழக்கங்கள், நாட்டுப்புறத் தெய்வங்கள், நாட்டுப்புற விளையாட்டுக்கள், நாட்டுப்புற மருத்துவம் ஆகியவற்றை உள்ளடக்கியது எனலாம்.

மண்ணின் மைந்தர் தம் மனக்கருவறையில் கருக்கொண்டு உருப்பெற்று உயிர்பெற்று உலாவரும் உள்ளத்தின் உண்மையான வெளிப்பாடுகளே நாட்டுப்புற இலக்கியங்கள் என சு.சக்திவேல் கூறுகிறார்.

நாட்டுப்புற இலக்கியத்தின் ஒரு பகுதியான நாட்டுப்புறப் பாடல்களைப் பற்றிக் காண்பது இன்றியமையாதது ஆகும்.

நாட்டுப்புறப் பாடல்கள்

நாட்டுப்புற மக்களால் பாடப்படும் பாடல்கள் நாட்டுப்புறப் பாடல்களாகும். நாட்டுப்புறப் பாடல்கள் நாட்டுப்புற மக்களின் வாழ்வோடு பின்னிப் பிணைந்துள்ளன. மனிதனின் பிறப்பு முதல் இறப்பு வரையுள்ள நிகழ்வுகள் நாட்டுப்புறப் பாடலின் பொருளாகின்றன. நாட்டுப்புறப் பாடல்கள் நேற்று, இன்று தோன்றியவை அல்ல. ஆயிரமாயிரம் ஆண்டுகளுக்கு முன்பே மனிதன் பேசத் தொடங்கிய நாளன்றே நாட்டுப்புறப் பாடல்களும் முகிழ்ந்தன.

நாட்டுப் பாடல், நாடோடிப் பாடல், நாட்டார் பாடல், வாய்மொழிப் பாடல், பாமரர் பாடல், பரம்பரைப் பாடல், கிராமியப் பாடல், கல்லாதார் பாடல், மக்கள் பாடல், ஏட்டில் எழுதாக் கவிதை, மலையருவி, காட்டுப்பூக்கள், வனமலர், காற்றிலே மிதந்த கவிதை என்றெல்லாம் நாட்டுப்புறப் பாடலை அழைக்கின்றனர்.

நாட்டுப்புறப் பாடல்கள் பெரும்பாலும் காடு கழனிகளிலும், தோட்டவயல்களிலும், தொழில் செய்யும் இடங்களிலும், இறப்பு ஏற்படும் இடங்களிலும், பிறப்பு ஏற்படும் இடங்களிலும் மக்கள் பாடுகின்றனர்.

நாட்டுப்புற மக்களின் வாழ்க்கை தாலாட்டுப் பாடலில் தொடங்கி விளையாட்டு, காதல் பாடல்களில் வளர்ந்து திருமணப் பாடலில் நிறைவெய்தி ஒப்பாரிப் பாடலில் முடிவடைகின்றது. இன்ப துன்பங்களைப் பற்றி மக்களே பாடுவதால் இதனை மக்கள் இலக்கியம் என்றும் கூறுவர். நாட்டுப்புறப்பாடல்களை டாக்டர்.சு.சக்திவேல் அவர்கள் எட்டு வகையாகப் பகுக்கின்றார்.

1. தாலாட்டுப் பாடல்கள்
2. குழந்தைப் பாடல்கள்
3. காதல் பாடல்கள்
4. தொழில் பாடல்கள்
5. கொண்டாட்டப் பாடல்கள்
6. பக்திப் பாடல்கள்
7. ஒப்பாரிப் பாடல்கள்
8. பன்மலர்ப் பாடல்கள்

தாலாட்டுப் பாடல்

குழந்தையை உறங்க வைப்பதற்காகத் தாய் பாடும் இன்னிசையே தாலாட்டு. தாய்மை உணர்வின் வெளிப்பாடாகவே தாலாட்டு மலர்கின்றது. தாயின் நாவசைவில் தாலாட்டு என்னும் நல்முத்து பிறக்கின்றது. எனவேதான் தாய்மை உலகிற்கு வழங்கிய முதல் இலக்கியப் பரிசு தான் தாலாட்டு என்பார் தமிழண்ணல். தால் + ஆட்டு = தாலாட்டு என்றும், நாவை ஆட்டிப் பாடுவதால் தாலாட்டு எனும் பெயர் பெற்றிருக்க வேண்டும் என்றும் கூறுவர். ஆணும் பெண்ணும் ஈருடல் ஒருயிராகக் கலந்து பின் பெண் கருக்கொண்ட நாள் முதற்கொண்டே அவளின் மனம், மெய், மொழி மூன்றும் இசைத்துக் கொண்டிருக்கிறது. குழந்தை பிறந்தவுடன் அந்த இசை தாலாட்டாய் நாவில் அசைகின்றது.

தாலாட்டுக்கு தாராட்டு, தாலேலோ, ஓராட்டு, ரோராட்டு, ராராட்டு, தொட்டில்பாட்டு, ஓலாட்டு, திருத்தாலாட்டு என்று வேறு பெயர்களும் உள்ளன. சங்க கால இலக்கியத்தில் பரிபாடலில் தாலாட்டு என்ற சொல்லாட்சி காணப்படுகின்றது. "வரையழி வாலருவி வாதாலாட்ட" (6-52) தாலாட்டுக்கு பல்வேறு பெயர்கள் வழக்கில் இருந்தாலும் கொங்கு நாட்டில் தாலாட்டை 'தொட்டப்பாட்டு' என்றும் தேராட்டு என்றும் வழங்குகின்றனர்.

மேலும் தமிழ்மொழியில் முதன் முதலாக தாலாட்டுப் பாடியவர் பெரியாழ்வார் ஆவார். பிறகு பிரபந்தத்தில் ஒன்றான பிள்ளைத்தமிழ் என்ற பிரபந்தத்தில் தாலப்பருவம் என்ற பருவத்தை அமைத்து குழந்தையைத் தாலாட்டுவதையே அப்பருவத்திற்குரிய பொருளாகக் கொண்டனர். பிறகு தாலாட்டு சிற்றிலக்கியமாக இருந்த நிலை மாறி, தனிப்பாடல் நிலையைப் பெற்றது.

"தாலாட்டுப் பாடல்கள் அளவில் சிறியவையாகும். ஆனால் பெரும்பாலான தாலாட்டுப் பாடல்களுக்கு அடிவரையறை என்பதே

இல்லை என்று கூறலாம். "தாலாட்டின் பண் நீலாம்பரி ஆகும்" என்று சு.சக்திவேல் குறிப்பிடுகின்றார். குழந்தையின் அழகை வருணித்தும், குழந்தைகளுக்கு உரிமையான கருவிகளைப் பற்றியும், குழந்தைகளின் உறவினரைப் பற்றியும், தாலாட்டுகள் குறிப்பிடுகின்றன. தாலாட்டுக் களில் எதுகை, மோனை, ஓசைநயம் போன்றவைகள் சிறப்பாக அமைந்திருக்கும்.

தாலாட்டின் தொடக்கத்தில் 'ஆராரோ', 'ராராரோ', 'ராரிராரோ', 'லுலுலாயி' என்று இசையொலிகள் வருகின்றன. குழந்தையை உறங்க வைப்பதற்காகத் தாலாட்டுப் பாடும் பொழுது அமைதியான சூழல் ஏற்படுகிறது. இச்சூழலை உளவியல் அடிப்படையில் உற்று நோக்கினால் குழந்தையின் உள்மனம் தூய உள்ளமாக பண்படைகிறது. இனிய ஓசையைக் கேட்டு எல்லா உயிரினங்களும் தன் செயல் மறத்தல் இயல்பு. அவ்வாறான இசை மனித வாழ்வின் ஒவ்வொரு பருவத்திலும் பங்கு பெறுகிறது. தாலாட்டில் இருந்துதான் மானிடப்பிறவிக்கும் இசைக்கும் தொடர்பு ஏற்படுகிறது. குழந்தை பிறந்தவுடன் ஐம்புலன்களில் கூர்மையானதும் ஆழமானதும் செவியுணர்வே ஆகும். பேரொலி கேட்டு அழுவதும் இனிமையான ஓசையைக் கேட்டு அமைதியாவதும் சிரிப்பதும் குழந்தையின் இயல்பு.

தாய் வயிற்றில் குழந்தை கருவாய் உருவான நாள் முதற்கொண்டு தன் குருதியின் வழியாக உணவோடு உணர்வுகளையும் வளர்க்கிறாள். குழந்தை பிறந்தவுடன் மார்போடணைத்து பால் ஊட்டுகிறாள். பாலோடு சேர்த்து உள்ளத்தையும் வளப்படுத்துகிறாள். தாய் உள்ளத்தில் குடிகொண்டிருக்கும் இருப்புகளே சேயின் வெளிப்பாடுகளாக மலரும். இதைத்தான் நமது பழமொழியும் "தாயைப் போல பிள்ளை, நூலைப் போல சேலை" என்கிறது.

ஒரு குழந்தை சிறந்து விளங்க முன்னுதாரணமாகத் திகழ்பவள் தாய். அவள் தந்த அன்பே அக்குழந்தை மற்ற உறவுகள் மீது கொண்ட பாசமாக உருவாகிறது. தாய் புகட்டிய அறிவே அக்குழந்தையின் ஆற்றலாகத் திகழ்கிறது. அவள் பாலோடு பண்பைக் கொட்டினாள். குழந்தையின் உடல் வளர்ச்சிக்கு தாய்ப்பால் ஊட்டினாள். உள்ளம் வளர்ச்சியடைய தாலாட்டுப் பாடினாள். பிறந்த குழந்தைக்கு தாயின் கருத்து புரிகின்றதோ இல்லையோ ஆழ்மனத்தில் பதியும் என்ற நம்பிக்கையே தாயின் உள்ளக்கிடக்கையாக இருக்கிறது. அழுகின்ற குழந்தையை தூங்கவைக்க தொட்டிலை ஆட்டி பாட்டை பாடத் துவங்குகிறாள் தாய். அப்பொழுது சிறிது நேரத்திலேயே குழந்தை உறங்கிவிடுகின்றது. குழந்தை உறங்கிவிட்டது என்று பாட்டை நிறுத்தினால் உடனே குழந்தை அழ ஆரம்பிக்கும். குழந்தையின்

இச்செயலே தாயின் நம்பிக்கைக்கு சாட்சியாக அமைகிறது. தாய் எண்ணிய கருத்துகளையும் நற்பண்புகளையும் அவள் அனுபவங் களையும் அவள் அறிந்தவைகளையும் பாடலின் வழியாக குழந்தை உற்று கேட்கிறது. அதனால்தான் பாடலை நிறுத்தியவுடன் குழந்தை அழுகின்றது என்று ஆழமாக நம்புகின்றாள். அந்த நம்பிக்கையின் அடிப்படையிலேயே வாழ்வியலைத் தாலாட்டின் வழியாகக் கற்றுக் கொடுக்கிறாள் தாய். கரு உருவாகி தாயின் வயிற்றில் குழந்தை வளரும் பொழுதே கற்கத் துவங்குகிறது. கருவிலேயே திருவுடையவனாகத் திகழ்ந்தவன் பக்த பிரகலாதன். நாராயணா எனும் நலந்தரும் நாமத்தை தாயின் கருவில் இருக்கும் போதே செவிமடுத்தவன். இவ்வாறே தாலாட்டிலும் தாய்மார்கள் தம்மை அறியாமலேயே குழந்தைகளுக்கு கல்வி புகட்டும் ஆசான்களாகத் திகழ்கின்றனர்.

தாலாட்டுப் பாடல்கள் மனித குலத் தொடக்கம் முதல் இருந்து வருகிறது என்றாலும் தற்பொழுது மறைந்துகொண்டுதான் வருகின்றன. நமது பண்பாடாகிய தாலாட்டு அழியாமல் காக்க வேண்டியது நமது கடமை.

3. கொங்குப் பண்பாட்டு உறவுமுறைகள்

ஒரு குடும்பம் செம்மையாக இயங்குவதற்கு அதில் பங்குபெறும் உறவு முறைகளே காரணமாக அமைகின்றன. இதனையே சற்று மாற்றி பின்வருமாறு குறிப்பிடலாம். உறவு முறைகளுக்கு இடையே நிகழும் இணக்கங்களும், பிணைப்புகளும் ஒரு குடும்பம் என்கின்ற அமைப்பைத் தோற்றுவிக்கின்றன எனலாம். உறவுகள் இல்லையென்றால் குடும்பம் என்னும் ஓர் அமைப்பு இல்லாது போய்விடும்.

குடும்பத்தில் காணப்படும் உறவுகளின் தன்மைகளை அடிப்படையாகக் கொண்டு இரத்த உறவு என்றும் திருமண உறவு என்றும் இரண்டாகப் பகுத்துக் கூறலாம். ஒரு குடும்பத்திலுள்ள பெற்றோர், அவர்தம் மக்கள் வழி அமையும் உறவுகள் இரத்த உறவுகளாகும். ஓர் ஆணும், பெண்ணும் மணம் செய்துகொள்ளும் போது கணவனுக்கு மனைவி வழி உறவினர்களும் மனைவிக்கு கணவன் வழி உறவினர்களும் உறவினர்களாக அமையும்போது உருவாகும் உறவு மண உறவுகளாகும்.

உறவுகள் - தோற்றம்

மனிதன் பிறக்கும் பொழுதே உறவுகளும் பிறந்துவிட்டன. உறவு முறைகள் திருமணத்தின் மூலமே தோன்றி வளர்கின்றன என்று டெர்ரி ஈகில்ஸ்டன், ஜோஷிதாஸ் ஆகியோர் குறிப்பிடுகின்றனர்.

இன்றைய நிலையில் பல்வேறு சாதிகள் ஏற்படவும், அச்சாதிகளுக்குள் உட்பிரிவுகள் ஏற்படவும் அப்பிரிவுகளுக்குள் சிறு சிறு குழுக்கள் என்ற அமைப்பு நிலைகள் உருவாகவும் அடிப்படைக் காரணம், மக்கள் ஒவ்வொருவரும் ஒரு குறிப்பிட்ட வட்டத்திற்குள் உறவுகளை வளர்த்துக்கொண்டே செல்வதாகும். இத்தகைய உறவுகளைச் சுட்டிக்காட்ட அவ்வச்சமுதாயங்களுக்கேற்ப ஒரே உறவு நிலையைச் சுட்டுவதற்கு வெவ்வேறு பெயரிட்டு அழைக்கின்றனர். என்று பீ.மு.அஜ்மல்கான் உறவு முறைகள் தோன்றுவதற்கான அடிப்படைக் காரணங்களைப் பற்றிக் குறிப்பிடுகின்றார்.

உறவுகளை ஆராய்ந்த மர்டாக் உறவுகளை முதல் நிலை உறவுகள், இரண்டாம் நிலை உறவுகள், மூன்றாம் நிலை உறவுகள் எனப் பல படி நிலைகளில் பிரித்துச் செல்கின்றார்.

முதல்நிலை உறவுகள்

ஒருவனுக்கு குடும்பத்தில் அமைந்த நேரடி உறவுகள் அனைத்தும் முதல் நிலை உறவுகளாகின்றன. இதில் ஒருவனுக்கு தந்தை - தாய், சகோதரன், சகோதரி, மகன், மகள், மனைவி ஆகிய ஏழு நிலை உறவினர் அடங்குவர்.

இரண்டாம் நிலை உறவுகள்

முதல் நிலை உறவினர்களாகிய தந்தை - தாய், சகோதரன், சகோதரி, மகன், மகள், மனைவி ஆகியவர்களுக்கிடையே ஒருவர் வாயிலாக நின்று அமையும் உறவுகள் இரண்டாம் நிலை உறவுகள் ஆகும். அதாவது ஓர் உறவினர் வாயிலாக உறவினர் ஆகிய பாட்டன், பாட்டி, தாய்மாமன், அத்தை, பெரியப்பா, சித்தப்பா, பெரியம்மா, சின்னம்மா போன்றோரை வைத்து அமையும் உறவுகளாகும். இத்தகைய உறவுகள் முப்பத்து மூன்று இருப்பதாக மர்டக் கூறுகின்றார்.

மூன்றாம் நிலை உறவுகள்

ஒருவருக்கு ஒருவர் இடையில் நின்று அமையும் உறவினர் மூன்றாம் நிலை உறவினர் எனப்படுவர். இதில் பாட்டன், பாட்டி, கொள்ளுப்பேரன், கொள்ளுப்பேத்தி போன்றோர் சுட்டப்படுகின்றனர்.

இவ்வாறு மர்டக் என்னும் அறிஞர் உறவுகளை மூன்று நிலைகளாகப் பிரிக்கின்றார். இம்மூன்று நிலை உறவுகளும் பொதுவாக நாட்டுப்புறப் பாடல்களில் காணப்படுகின்றன.

உறவின் படி நிலைகள்

ஒரு குடும்பத்தை மரம் எனக் கொண்டால் அம்மரத்தின் வேர்களை மூதாதையர் எனலாம். கிளைக்கும் கிளைகள், இலைகள், தளிர்கள், பூ, காய், கனி போன்றவற்றைத் தொடரும் உறவுகள் எனலாம். உறவுகள் ஒன்றையொன்று ஈர்த்தபடியே பயணிக்கின்றன. காரணம் உறவுகளுக்குள் உள்ளோடி இருக்கும் பாசமே ஆகும். பாசம் என்பது தன் உயிர் போல பிற உயிரையும் எண்ணுகின்ற மனித நேயத்தின் ஒரு நிலை. ஓர் உயிர் பரிதவிக்கையில் அதைப் பார்த்துக்கொண்டிருக்கும் மற்றொரு உயிரும் பரிதவிக்கின்றது. இது போல ஓர் உயிர் அடையும் இன்பத்தில் மற்ற உயிரும் பங்கெடுத்துக் கொள்கிறது. உறவின் மையம் எப்பொழுதும் உரிமை என்ற உணர்வைத் தன்னகத்தே வைத்து பாதுகாக்கிறது. இதன் விளைவே இவள் என் அத்தை, இவர் என் தாய் மாமன் என உரிமை கொண்டாடவைக்கிறது. ஒவ்வொரு உறவும் தத்தமது கடமையென சில உரிமைகளை வரையறுத்து வைத்திருக்கிறது. எடுத்துக்காட்டாக ஒரு பெண்ணுக்கு தாய்-தந்தைக்கு அடுத்தபடியாக

தாய்மாமன் உறவு முதன்மைப்படுத்தப்படுகிறது. தாய்மாமன் உறவில் உரிமைகளைப் பிறர் தலையிட அனுமதிக்கப்படுவதில்லை. தாய் மாமனுக்குத் தான் முதல் உறவும், மரியாதையும் ஆகும். எனவே உரிமைகளில், மரியாதைகளும் தரப்படுவது உறவுகளை மேன்மைப் படுத்துவதற்கு மட்டுமின்றி வேறு நோக்கம் இல்லை.

உறவுகளின் தேவை

உறவுகள் இம்மண்ணில் வாழையடி வாழையாக நின்று நிலைத்திருப்பதற்கும் இளம் சந்ததியினர் தங்கள் மூதாதையர்களை நினைத்துப் பார்ப்பதற்கும் முன்னோர்கள் கடந்துவந்த வாழ்க்கைப் பயணத்திலிருந்து நாம் அனுபவ பாடத்தை கற்றுத் தேர்வதற்கும் உறவுகளே நமக்குப் பாலமாகிறது. பெயர் சொல்ல ஒரு பிள்ளை என்கின்ற சொற்றொடர் இதையே மறைமுகமாக உணர்த்தி நிற்கிறது. இதன் முழுப்பொருள் என்னவெனில் இக்குடும்பத்தின் பெருமைகளைத் தொடர்ந்து நிலை நாட்டவும், பறைசாற்றவும் தங்கள் வழியில் ஒரு வாரிசு வர வேண்டும் என்பதே ஆகும். பெயர் சொல்லல் என்பது அக்குடும்பத்தின் அருமை பெருமைகளையும் உள்ளடக்கக்கூடியது. அவர்களுக்குள்ள நில புலன்கள், கால்நடைகள், வாழ்ந்த வளமான வாழ்வு என்பனவும் அடங்கும். உறவுகளோடு பின்னிப் பிணைந்த உறவுகளின் அன்பு, பரிவு, பாசம், உரிமை போன்றவை கொங்கு வட்டத் தாலாட்டுப் பாடல்களில் காணப்படுகின்றன. இனி உறவுகளின் மேன்மையைத் தாலாட்டுப் பாடல்களின் வழி காணலாம்.

தாய்க்கும், சேய்க்கும் உள்ள உறவு

திருமணமாகாத பெண்ணைக் கன்னிப்பெண் என்றும், திருமணமான பெண்ணை மணப்பெண் என்றும், திருமணமான பிறகு ஒரு குழந்தை பெற்றதும் தாய் என்றும் அழைக்கின்றனர். தாய் தன் சேய் மீது கொண்ட பாசத்தை கொங்கு வட்டத் தாலாட்டுப் பாடல்களில் காண முடிகிறது. தாய் தன் குழந்தையின்மீது கொண்ட அன்பின் வெளிப்பாடு தாலாட்டுப் பாடல்களாய் காற்றலைகளில் தவழ்கிறது.

குழல் இனிது யாழ் இனிது என்பர் தம்மக்கள்
மழலைச் சொல் கேளாதவர்   (குறள் -66)

என்றார் வள்ளுவர். ஒரு குழந்தையை ஈன்றெடுத்தல் என்பது பெருந்தவம். குழந்தைப் பேறுக்காக தாய் தவமிருந்து குழந்தையைப் பெற்றதாகவும் மலடி என்ற அவச்சொல்லை நீக்கி பிள்ளைக்கலி தீர்க்கப் பெற்றதனாலும் அக்குழந்தையின் மீது பாசத்தையெல்லாம் கொட்டி வளர்க்கின்றனர். தாய் ஒருத்தி தன் குழந்தை விளையாட நடை பழக தன் உடம்பையே மகிழ்வோடு தந்ததாக வரும் தாலாட்டுப் பாடல்.

முனைவர் ஸ்ரீ. உமா

ஆராரோ ஆரிராரோ - எங்கண்ணே
ஆராரோ ஆரிராரோ
மாருல தொட்டில் கட்டி - எங்கண்ணே - உனக்கு
மடிமேல நடப்பழக்கி - உனக்கு
தோளுல தொட்டில் கட்டி - எங்கண்ணே உனக்கு
தொடை மேல நடப்பழக்கி
ஆராரோ ஆரிராரோ - எங்கண்ணே
ஆராரோ ஆரிராரோ

தாய் தன் குழந்தையை மடி மீது அமர்த்தி மடியைத் தொட்டிலாக மாற்றி குழந்தையைத் தூங்கவைப்பதையும் தாயின் மடியிலும், தொடையிலும் குழந்தைக்கு நடையைப் பழக்கியதையும் இப்பாடலின் மூலம் அறியலாம். என் உடம்பெல்லாம் கண்ணே உயிரே உனக்குத் தான் என்ற தாயின் மன ஈரம் இப்பாடலில் வெளிப்படுகிறது. மற்றொரு தாய் வானவில்லையே தொட்டிலாக கட்டுகிறாள்.

ஆராரோ ஆரிராரோ - எங்கண்ணே
ஆராரோ ஆரிராரோ
புடிச்சு விளையாட - எங்கண்ணே
புள்ளி மான் புடுச்சு வாரேன்
கட்டி விளையாட - எங்கண்ணே
கவரி மான் கொண்டு வாரேன்
ஏற வானம் தூணெடுத்து - எங்கண்ணே
இந்திர வண்ணத் தொட்டில் கட்டி
இந்திர வண்ணத் தொட்டிலிலே - எங்கண்ணே
இருந்தாடும் பாலகனோ!

புள்ளி மானும் கவரி மானும் பிடித்து வந்து மகனுக்கு விளையாடக் கொடுக்கும் தாய் தன் மகனை இந்திரனாகவே நினைக்கிறாள்.

ஆராரோ ஆரிராரோ - எங்கண்ணே
ஆராரோ ஆரிராரோ
பாலும் அடுப்பிலே - எங்கண்ணே நான்
பெத்த பாலகனார் தொட்டிலிலே - உனக்கு
பாலும் கொதிக்குதம்மா - எங்கண்ணே நான்
பெத்த பாலகனார் நீ உறங்கு

அடுப்பினில் பால் இருக்கிறது. தொட்டிலில் பாலகன் நீ இருக்கிறாய். அதாவது பாலை ஒத்த பாலகன் தொட்டிலில் இருப்பதாக தாயின் மனக் கிடக்கை அமைந்துள்ளது. அடுப்பில் பால் கொதித்துக் கொண்டிருக்கிறது. அது பொங்கி அடுப்பில் வழிவதற்குள் நீ

கண்ணுறங்கிவிடு என்பதும் தாயின் வேண்டுகோளாய் தாலாட்டில் பதிவாகிறது.

ஆராரோ ஆரிராரோ - எங்கண்ணே
ஆராரோ ஆரிராரோ
வெள்ளி மலை மேல
வெள்ளி லைட் எரியும்
வெங்கலமோ பால் காயும்
வெங்கலமோ பால் கொதித்து - எங்கண்ணே நீ
வெகு மயக்கம் கொண்டவனோ

வெள்ளி மலை மேலே என்பது வெள்ளிமலை என்ற மலையைக் குறிப்பதாகவும் வெள்ளி லைட் எரியும் என்பது நிலவைக் குறிப்பதாகவும் உணரப்படுகிறது. மற்றொரு பொருள் நட்சத்திரங்கள் காணப்படும் இரவுப் பொழுது அந்த நட்சத்திரங்களே மின் விளக்குப் போல நின்று எரிகிறது என்பதாகவும் கருதலாம். வெகு மயக்கம் கொண்டவன் என்ற போது பசி மயக்கத்தில் தூங்கிக் கொண்டிருக்கும் குழந்தையைக் குறிப்பதாகக் கொள்ளலாம். வெங்கலப் பாத்திரத்தில் பால் காய்ச்சப்பட்டு வருவதற்குள் குழந்தைக்கு மயக்கம் வந்து விடுமோ என தாய் அஞ்சுவதையும் அவளது பதற்றத்தையும் இப்பாடல் வரிகள் உணர்த்துகின்றன. குழந்தை பசி தாங்க மாட்டானே எனத் துடிக்கின்ற தாயுள்ளத்தைக் காண முடிகிறது.

குழந்தையைத் தூங்க வைக்க தாய் படும்பாடு

குழந்தையை உறங்க வைப்பது என்பது சாதாரணமல்ல. குழந்தை ஆழ்ந்து உறக்கம் கொண்டால் தான் குழந்தை சாப்பிட்ட உணவு செரிமானமாகும். எனவே, குழந்தையை உறங்க வைப்பதற்காக தாய் படும் பாட்டை தாலாட்டுப் பாடல் உணர்த்துகிறது.

கண்ணான கண்ணுறங்கு- என்
கண்மணியே நீ உறங்கு
உறங்காத கண்களுக்கு
ஓலை கொண்டு மை எழுதி
மை எழுதி பொய் எழுதி
மை எழுதும் கண்களுக்கு
மயக்கம் வந்தால் ஆகாதா

இங்கு மயக்கம் என்பது உறக்கத்தைக் குறிப்பிடுகிறது. ஒரு குழந்தையைத் தூங்கவைப்பதற்கும் அதை வளர்ப்பதற்கும் ஒரு தாய் என்ன பாடுபடுகிறாள் என்பதைக் காட்டுகிறது. இங்கு பெரியாழ்வாரின் தாலாட்டுப்பாடல் நினைவுறத்தக்கது. பெரியாழ்வார் தன்னைத்

தாயாகவும், கண்ணனைக் குழந்தையாகவும் கருதிபாடிய தாலாட்டுப் பாடல் இங்கு ஒப்பு நோக்கத்தக்கது. ஒரு குழந்தை படுத்தும் பாட்டைத் தன் பாடலில் கூறுகின்றார்

கிடக்கில் தொட்டில் கிழிய உதைத்திடும்
எடுத்துக் கொள்ளில் இருங்கை மறுத்திடும்
ஒடுக்கிப் புல்கில் உதரத்தே பாய்ந்திடும்
மிடுக்கில் லாமையால் யான்மெலிந்தேன் நங்காய்

இக்குழந்தையை வளர்ப்பதற்குள் நான் மெலிந்தே போய்விட்டேன் என்று ஒரு தாய் படும் பாட்டை விளக்குகிறார். குழந்தையைத் தாலாட்டினால் குழந்தை விரைவாகத் தூங்கிவிடும் என்பதால் தாய் தொட்டிலை அசைத்து அசைத்து ஆட்டித் தூங்க வைக்க தாலாட்டைப் பாடுகிறாள். நல்லபாம்பு வில் அரணைப் போன்ற பாம்புகளும் குழந்தைக்குத் தாலாட்டுப் பாடுவது போல் கற்பனை செய்து பாடுகிறாள். அவ்வாறு நாகத்தைக் குறிப்பிடக் காரணம், நாகம் தெய்வமாக வணங்கப்படுவதால் நாகத்தின் துணை குழந்தைக்கு இருக்கும் என்பதாகவும் நாகம் குழந்தையைப் பாதுகாக்கும் என்பதாகவும் தாலாட்டுப் பாடல்கள் அமைகின்றன.

ஆராரோ ஆரிராரோ - எங்கண்ணே
ஆராரோ ஆரிராரோ
நாகங் கொடை புடிக்கோ
நல்ல பாம்பு தாலாட்டோ
தாலாட்டித் தூணசையோ
தாலாட்டும் கண்களுக்கு
தயக்கம் வந்தால் ஆகாதோ

நான் பாடும் தாலாட்டில் தூணே அசைகிறது. ஆனால் உன் கண்களுக்கு ஏனோ தூக்கம் வரவில்லையே! என்று பாடுகிறாள் தாய்.

மற்றொரு பாடலில்,

நீ தூங்கும் ஒரு நேரம்- எங்கண்ணே
நீ தூங்கும் மஞ்சி பொன்நேரமாம்

ஒரு குழந்தையைப் பெற்ற தாய் ஒரு குடும்பத் தலைவியுமாய் இருப்பதால் அவளுக்கு பணிச்சுமைகள் ஏராளம். வீட்டைச் சுத்தம் செய்தல், சிறு குழந்தையின் துணிகளைத் துவைத்தல், சமைத்தல், கணவனைப் பேணல் உட்பட குடும்ப உறவுகளைக் காத்தல் என்றவாறு அவள் கடமை தொடர்கிறது. அவளுக்கு கிடைக்கின்ற மணித்துளி எல்லாமே விலை மதிக்க முடியாதது. இந்நிலையில் குழந்தை

தூங்காமல் விழித்துக்கொண்டிருந்தால் அவளது பொழுதுகள் குழந்தையுடனேயே கழிந்து விடுகிறது. அதனால் கண்ணே நீ தூங்கும் போது எனக்கு கிடைக்கின்ற நேரங்கள் பொன் நேரங்கள் ஆகும். எனவே நீ விரைவாய் தூங்குவாயாக என்பது போல் இப்பாடல் அமைந்துள்ளது.

> ஆராரோ ஆரிராரோ - எங்கண்ணே
> ஆராரோ ஆரிராரோ
> பூ உறங்கு மொட்டுறங்கு
> பூ மரத்து வண்டுறங்கு
> காய் உறங்கு கனி உறங்கு
> கானகத்து மயில் உறங்கு

என்னும் பாடல் மூலம் தாயானவள் குழந்தையை உருவகப்படுத்துகிறாள். குழந்தையைப் பூவாகவும் மொட்டாகவும் வண்டாகவும் பாடலில் குழந்தையைப் பூப்போன்றவனே கண்ணுறங்கு, மொட்டு போன்றவனே கண்ணுறங்கு, பூ மரத்து வண்டு போன்றவனே கண்ணுறங்கு என்றெல்லாம் தாய் தன் குழந்தையை உருவகப்படுத்தி தூங்க வைக்கிறாள். தாய் தன்னைப் புகழ்கின்றாள் என்பது குழந்தைக்கு தெரியப் போவதில்லை ஆயினும் தாய் குழந்தைக்கு புகழ் மொழிகள் புரியும் என்பதாய் நினைக்கிறாள். அந்த நினைவில் கிடைக்கும் சுகம் தான் தாய்மையின் சிறப்பு.

இது பிள்ளைத் தமிழ் இலக்கியத்தில் சொல்லப்பட்டுள்ள அம்புலிப் பருவத்தில் வரும் சாமம் என்னும் உத்தியைக் கொண்டுள்ளது எனலாம்.

குழந்தையைத் தாலாட்டித் தாலாட்டி தூங்க வைக்க முடியாததால் தாயானவள் கரடி போன்ற விலங்குகளைக் கூறி பயமுறுத்தி தூங்க வைக்கப் போராடுவது போல் உள்ள பாடலைக் கீழே காணலாம்.

> ஆராரோ ஆரிராரோ - எங்கண்ணே
> ஆராரோ ஆரிராரோ
> என்ன வந்தா கண்ணுறக்கம்
> ஏது வந்தா பொன் தூக்கம்
> காரு மலைக்கால் அந்தப் பக்கம்
> கரடி வந்தா கண்ணுறக்கம்

இப்பாடல் அம்புலிப் பருவத்தில் வரும் சாம, பேத, தான, தண்டம் எனும் நான்கில் தண்டம் என்னும் வகையைச் சார்ந்தது ஆகும்.

தாய் உள்ளம் தவித்தல்

குழந்தை அழும் பொழுது தாயின் உள்ளத் தவிப்பையும் படபடப்பையும் குழந்தையை ஆறுதல் படுத்தும் தாயின் மனதையும் தாலாட்டுப் பாடல்களில் காணலாம்.

ஆராரோ ஆரிராரோ - எங்கண்ணே
ஆராரோ ஆரிராரோ
யார் அடிச்சா நீ அழவோ
அடிச்சவங்கள சொல்லு கண்ணு
அடிக்கு அடி வாங்கிடலாம்

என்ற பாடலில் குழந்தையை யாரும் அடிக்கவில்லையென்றாலும் குழந்தையைச் சமாதானப்படுத்துவதற்காக தாய் பாடும் பாடல் உணர்வுப்பூர்வமாய் அமைகிறது.

ஆத்துக்கு அந்தாண்ட யார்
அடிச்சா நீ அழவோ
அழுவாதே கண்ணே - நீ
ஆத்து மணல் போல

என்ற பாடலில் குழந்தை அழுவதை ஆத்து மணல் அழுவது போல கற்பனை செய்து குழந்தையைத் தேற்றுகிறாள்.

அத்தை அடிச்சாளோ
ஆவாரம் பூ செண்டாலே
மாமன் அடிச்சானோ
மல்லிகைப் பூ செண்டாலே

என்ற பாடல் வரிகளில் அத்தை, மாமன் போன்ற உறவினர்கள் குழந்தையை அடித்ததாகக் கூறுவதும் அடிக்கும் பூக்களின் வித்தியாசத்திலிருந்தும் உறவுகளின் மேல் தாய்க்கு உள்ள விருப்பு வெறுப்புகளைக் காண முடிகிறது. தாயின் அண்ணன் தம்பி ஆகியோர் மீது உள்ள விருப்பத்தையும் கணவர் வழி உறவு மீதுள்ள வெறுப்பையும் வெளிக்காட்டுவதற்கு ஒரு வடிகாலாக இத் தாலாட்டுப் பாடல்கள் பெண்களுக்கு உதவுகின்றன. அதே வேளையில் கணவனின் உறவான அத்தைமார்கள் மற்றும் அத்தையின் பிள்ளைகள் குழந்தையை கொஞ்சி விளையாடுவதையும் தாலாட்டுப் பாடல்களில் காணமுடிகிறது.

வெல்லத்தை திண்ணிட்டு - நீ
வீதியிலே போகையிலே
வெறி பிடித்த அத்தை மகன்
வெறுவாய முத்தமிட்டான்.

முத்தமிடும் பழக்கம் ரோமானியர், கிரேக்கர் ஆகியோர்களைப் பார்த்து அவர்களிடமிருந்து தமிழர்கள் கற்றுக்கொண்ட பழக்கமென்று தாயம்மாள் அறவாணன் குறிப்பிடுகின்றார். ஆனால் உடலியல் மற்றும் உளவியல் அடிப்படையில் பார்த்தால் மனிதனுக்குள் இருக்கும் இயல்பூக்க உணர்ச்சியே முத்தமிடும் பழக்கம் தோன்றி வளர்ந்ததற்குக் காரணமாகும். முத்தமிடுதல் என்பது அன்பு, பாச உணர்ச்சிகளை வெளிப்படுத்துவதற்குரியச் செயலாக அமைந்துவிட்டது.

குழந்தை எதிர்காலத்தில் படித்துப் பட்டம் பெற வேண்டுமென பொதுவாக எல்லாத் தாய் மார்களும் எண்ணுவார்கள். உலகமே புகழும் அளவுக்கு போற்றும் அளவுக்கு தன் குழந்தை வளர வேண்டும் என்று பிஞ்சு வயதிலிருந்தே குழந்தையின் மனதில் கல்வியின் முக்கியத்துவத்தை விதைக்கிறார்கள். தாயின் எதிர்பார்ப்பும் நம்பிக்கையும் உறுதிமொழியையும் கீழ்க்காணும் பாடலில் காணலாம்.

பாலும் பழமும் ஊட்டி உன்னை
பள்ளிக் கூடம் அனுப்புவேன் - நீ
படிச்சு பட்டம் பெற்ற பின்னே
பாரு புகழ வாழ்த்துவேன்

தாய் குழந்தையின் அழகை வருணித்தல்

'காக்கைக்கு தன் குஞ்சு பொன் குஞ்சு' என்பதற்கு எற்ப எந்தத் தாயும் குழந்தையின் அழகை வருணிப்பதிலும் குழந்தையின் அழகைப் பெருமையாகப் பேசுவதிலும் மிகவும் ஆசைப்படுவாள். தன் கற்பனையால் குழந்தையை வருணித்து மகிழ்கிறாள். இவ்வியல்பு அனைத்து தாய்மார்களுககும்; உண்டு அவ்வாறு வர்ணிக்கும் தாயின் உள்ளத்தைக் கீழே காணலாம்.

ஆராரோ ஆரிராரோ - எங்கண்ணே
ஆராரோ ஆரிராரோ
தேனோ திரவியமோ
தெவிட்டாத மாங்கனியோ
கோவப் பழத்தழகி
கொஞ்சுங் கிளி வாயழகி - நீ
சிரிச்சா செலையோடும்
சிந்தினால் முத்து உதிரும் - நீ
அழுதா செலையோடும்
அள்ளினால் முத்து உதிரும்

எனக் குழந்தையைத் தேனாகவும் திரவியமாகவும் தெவிட்டாத மாங்கனியாகவும், குழந்தையின் சிவந்த நிறத்தை கோவைப் பழம்

போலவும் குழந்தையின் வாயழகை கிளியின் வாயழகுக்கு ஒப்பிட்டும் வர்ணிக்கின்றனர். மேலும் கோவைப்பழம் சிவப்பு நிறம் உடையது. அக்கோவைப் பழத்தை உண்ணும் கிளியின் வாயழகும் சிவப்பு நிறமுடையது இவற்றைப் போல குழந்தையையும் குழந்தையின் வாயழகையும் பெருமையாகப் பாடுகிறாள். குழந்தை சிரித்தால் முத்துக்கள் உதிர்வது போலவும் குழந்தையின் தாய் பாடுகிறாள்.

உன்னைக் குளுப்பாட்டி மஞ்சள் பூசி
காஞ்சியப்பர் பட்டு வாங்கி
உன்னை அழகு பார்த்தேன்.

என்னும் பாடல் வரிகள் குழந்தைக்கு மஞ்சள் பூசுவதையும் மஞ்சள் பூசுவதால் முகம் அழகாகவும் கிருமி நாசினிகள் அழிக்கப்படுவதற்கு பயன்படுவதாகவும் இருப்பதை அறியலாம். காஞ்சிப்பட்டு வாங்கி குழந்தைக்கு அணிவித்து அழகு பார்ப்பதின் மூலம் பட்டில் உயர்ந்து நிற்கும் ஊர் காஞ்சி என்பதும் கொங்கு வட்டத் தாலாட்டுப் பாடல்களின் மூலம் அறியலாம். பெரும்பாலான தாலாட்டுப் பாடல்கள் ஆண் குழந்தையைத் தாலாட்டுவதைப் போல இருக்கும். ஒரு சில பாடல்கள் மட்டுமே பெண் குழந்தையைத் தாலாட்டுவதைப் போல காணப்படுவதை நோக்க, சமுதாயம் பெண் குழந்தையைவிட ஆண் குழந்தையையே விரும்புவதைக் காட்டுகிறது. இன்றும்கூட மக்களிடையே இத்தகைய உணர்வையே நாம் காணமுடிகிறது.

தந்தை

தந்தை எனப்படுபவர் தாயால் குழந்தைக்கு அறிமுகப்படுத்தப்படுபவர் ஆவார். அப்பா என்றும் தகப்பன், அப்பன், அய்யா, அப்பு, தகப்பனார், தமப்பன், பிதா, எந்தை, ஐயனார் ஆகிய சொற்கள் தந்தைக்கு வழங்கப்படுகின்றன. தந்தை தன் குழந்தைகள் மீது கொள்ளும் அன்பு சிறிது கண்டிப்பு மிக்கது. என்றும் தகப்பன் பேரை எடுக்கின்ற பிள்ளையே பிள்ளை போன்ற பழமொழிகள் தந்தை - மகன் உறவு நிலையை விளக்க எழுந்தவையாகும். தாலாட்டுப் பாடலின் மூலம் தந்தையின் உறவு நிலையை அறியலாம்.

பொதுவாக அனைவரும் குழந்தையின் தந்தையின் பெருமைகளையும் வளர்ச்சிகளையும் பேசுவதில் அதிக ஆர்வம் காட்டி வருவார்கள். தன் கணவனைப் போலவே மகனும் திகழ வேண்டும் என ஆசைப்படுவது இயல்பு. இவ்வாசைகளை எல்லாம் தாலாட்டுப் பாடல்களின் மூலம் ஒரு தாய் வெளிப்படுத்துவதைக் கீழ்க் காணும் பாடலில் காணலாம்.

ஆராரோ ஆரிராரோ - எங்கண்ணே
ஆராரோ ஆரிராரோ
மாட்டு விலை கூற வந்தா -எங்கண்ணே
மந்திரியா உன் தகப்பன்
குதிரை விலை கூற வந்தா -எங்கண்ணே
குருக்களா உன் தகப்பன்

மாடு விற்கும் சந்தையில் மாட்டு விலை கூற வருபவர்களுக்கெல்லாம் உன் தந்தை மந்திரியாக இருப்பார். குதிரை விற்கும் சந்தையில் குதிரையின் விலை கூற வருபவர்க்கெல்லாம் குருக்களாக இருப்பார் உன் தந்தை என்று தன் கணவனின் வளர்ச்சியையும், பதவியையும் இப்பாடலின் மூலம் சித்திரிக்கின்றாள். தாலாட்டுப் பாடலிலும் தன் கணவனின் பெருமைகளைப் பேசும் பெண்ணையே காண முடிகிறது.

தந்தையானவர் குழந்தையின் பாதுகாப்பில் பங்கு பெறுபவர். குழந்தை வெயில் படாமல் மழையில் நனையாமல் விளையாட வேண்டும் என்பதற்காக தன் விரல்களாலேயே பந்தலிட்டு குழந்தையைப் பாதுகாப்பது போன்ற தாலாட்டுப்பாடல் வரிகளைக் கீழ் காணலாம்.

ஆராரோ ஆரிராரோ - எங்கண்ணே
ஆராரோ ஆரிராரோ
விளையாடப் போகையிலே - எங்கண்ணே உனக்கு
வெயில் அடிக்குதுன்னு
விரலாலே பந்தலிட்டோ

குழந்தையின் தந்தையைத் தாலாட்டின் மூலமாகப் பெருமையாகத் துரை மகனே எனப்பாடுகிறாள். தன் கணவன் துரை என்பதையும் அவர் பெற்றெடுத்த மகன் துரை மகன் எனவும், ராசா மகன் எனவும் தந்தையின் பெருமையைக் கூறுவது போல் அமைந்த ஒரு தாலாட்டுப் பாடல்.

ஆராரோ ஆரிராரோ - எங்கண்ணே
ஆராரோ ஆரிராரோ
தூரி சொல்லி நானாட்ட
தொர மகனே நீ தூங்கு
ராரி சொல்லி நானாட்ட
ராசா மகனே நீ தூங்கு

என்று குழந்தையைத் தூங்க வைக்கிறது தாலாட்டுப் பாடல். இப்பாடலின் மூலம் தந்தையின் செல்வ நிலையை அறியலாம். தந்தையைப் பற்றி பெருமையாகப் பேசினால் தான் வளர்ந்துவரும் நிலையில் குழந்தை தந்தையை மரியாதையாக நடத்தும் என்ற உணர்வு

வெளிப்படுகிறது. அவ்வாறே தானும் தந்தையைப் போல துரை போல ராசா போல வரவேண்டும் என்ற தன்னம்பிக்கையை குழந்தைக்கு ஊட்டுகிறது.

மாமனின் உறவு நிலை

ஒரு குடும்பத்து உறவுகளில் குழந்தைக்கு மிக முக்கியமான உறவு தாய் மாமன் உறவு ஆகும். தாய் மாமனுக்கு முக்கியத்துவம் கொடுக்கும் வழக்கம் அனைத்து மாவட்டங்களிலும் காணப்படுகின்றன. குழந்தை பிறந்தநாள் முதலாக அக்குழந்தை வளர்ந்து மணம் செய்துகொடுக்கும் வரையிலும் அக்குழந்தையின் அனைத்து வளர்ச்சிப் படிநிலைகளிலும், சடங்குகளிலும் தாய் மாமனே முக்கியப் பங்கு வகிக்கிறார். தாய்க்கு அடுத்தபடியாக தாய் மாமனைக் கருதுவர். தாயின் அண்ணன் அல்லது தம்பியையே தாய் மாமன் என்பர். தங்கை அல்லது தமக்கையின் குழந்தைகளுக்கு உதவுவதைத் தன் கடமையாகக் கொண்டு செயல்படும் இயல்பினை இவர்களிடம் காணலாம். தாலாட்டுப் பாடல்களில் தாய் மாமன் முதன்மை பெறுவதற்குக் காரணம் திராவிடச் சமுதாயம் தாய்வழிச் சமுதாயமாக இருந்து வந்ததே ஆகும்.

திராவிடச் சமுதாயம் தாய்வழிச் சமுதாயமாகும். எனவே, தாய் மாமன் தலைமையுற்றிருப்பான். அவனன்றி ஓர் அணுவும் அசையாது. மேலனேஷியாவைச் சேர்ந்த தரே பிரியண்டர் என்ற ஆஸ்திரேலியப் பழங்குடியினரிடம் தாய் மாமனுக்குத் தலைமை கொடுக்கும் வழக்கம் உள்ளது. உடன் பிறந்தாளின் குழந்தைக்கு கல்வி, கட்டுப்பாடு எல்லாம் தந்து சிறக்கும் தலைமை தாய்மாமனிடமே உள்ளது என்று தாய்வழிச் சமுதாயத்தில் மாமன் முதன்மை பெறுவதை எடுத்துக் கூறுவர்.

இனி தாய் மாமனின் சிறப்பையும் சீர்வரிசையையும் செல்வ வளமையையும் உறவையும் தாலாட்டுப் பாடல்களில் காணலாம்.

ஆராரோ ஆரிராரோ - எங்கண்ணே
ஆராரோ ஆரிராரோ
சின்னாத்துக் கரைதனிலே
சிறுமணலு கொழிக்கையிலே
சின்ன மாமன் கண்டுட்டா
சிரிச்சு வந்து முத்தமிட்டா
பெரியாத்துக் கரைதனிலே
பெருமணலு கொழிக்கையிலே
பெரிய மாமன் கண்டுட்டா
பெரிய மாமன் கண்டுட்டா
வாரி வந்து முத்தமிட்டா

என்ற பாடல் வரிகளிலிருந்து உடன் பிறந்தவளின் குழந்தை மீது தாய் மாமன் வைத்திருக்கும் பாசமும் அன்பும் தெரியவருகிறது. மாமன்மார்கள் எத்தனைபேர் இருந்தாலும் குழந்தையிடம் அன்பை பரிமாறிக் கொள்வது கொங்கு நாட்டு மக்களின் பண்பாடாகும். சிரித்து வந்து முத்தமிட்டான் என்பது அன்பின் வெளிப்பாடாக அமைந்துள்ளது.

மாமன் சீரும், வாங்கும் பொருட்களும்

குழந்தை பிறந்தவுடன் முதலில் சர்க்கரைத் தண்ணீர் வைப்பது முதல் திருமணம் வரை மாமன் தரும் சீர் இடம்பெறும். மாமன் தொட்டில் செய்து வருவதும் பால் குடிக்கும் சங்கு வாங்கி வருவதும் குழந்தைக்கு ஓராண்டு முடிந்தவுடன் உடன் பிறந்தாளின் குல தெய்வக் கோயிலுக்குச் சென்று காது குத்துவதும், புதிய ஆடைகளை வாங்கித் தருவதும் அணிகலன்கள் வாங்கித்தருவதும், காப்பு, சலங்கை, தண்டை, சோறு திண்ண வெள்ளிக் கிண்ணி, கண்ணாடி, விளையாட்டுப் பொருள் போன்றவற்றையெல்லாம் சீராகவும், பொருளாகவும் வாங்கிக் கொடுப்பது மாமனின் கடமையாகும். முதலாளித்துவ சமுதாயத்தில் மனிதனுக்கும், பொருள்களுக்கும் இடையேயுள்ள உடைமை உறவே மனித உறவுகளைத் தீர்மானிக்கின்றது என்று க.கைலாசபதி குறிப்பிடுகின்றார். உறவுகளைத் தீர்மானிக்கும் உரிமைகளை கொங்கு நாட்டு மக்கள் மற்றவர்களுக்கு விட்டுக்கொடுக்க மாட்டார்கள். கொங்கு நாட்டின் அடையாளமாம் மாடுகளைச் சீதனமாகக் கொடுக்கும் வழக்கம் இருந்ததை தாலாட்டுப் பாடல்களில் காணலாம்.

ஆராரோ ஆரிராரோ - எங்கண்ணே
ஆராரோ ஆரிராரோ
மாமன் கொடுத்த மாடு
மலையேறி மேயுதம்மா
ஓடி வளைச்சு வாம்மா - எங்கண்ணே உனக்கு
ஒரு காலு சிலம்பு உதிர - இந்த
பொன்னான காலுக்கெல்லாம் -மாமன்
காச்சராண்டி பொன் சிலம்பு

மாமன் கொடுத்த மாடு மலைகளுக்குச் சென்று மேய்கிறது. அந்த மாடுகளை எல்லாம் ஓடி ஓடி முடுக்கையில் குழந்தையின் ஒரு காலில் உள்ள கொலுசுகளின் சிலம்புகள் உதிர்ந்து விட்டன, எனவே அக்கால்களுக்கெல்லாம் மாமனே கொலுசுகளைப் பொன்னால் செய்கின்றான் என்பது போன்று இப்பாடல் அமைந்துள்ளது. குழந்தையின் மீது தாய் மாமன் வைத்திருக்கும் உரிமையின் சாரம் அதில் தெரிகிறது.

மற்றொரு மாமன் சீர் செய்ய சிலம்பு வாங்க மதுரை மாநகரத்திற்கு சென்றதாகவும் தாலாட்டுப் பாடல் சொல்கிறது.

ஆராரோ ஆரிராரோ - எங்கண்ணே
ஆராரோ ஆரிராரோ
தெற்கு மதுரையம்மா - என் கண்ணே
தென் மதுரை பேட்டையம்மா
தெற்கு மதுரையிலே - என் கண்ணே
தென்னை மரக் கூடாரம் - என் கண்ணே
செலம்பு கடை வியாபாரம்
தென் மதுரை வீதியிலே - என் கண்ணே
செலம்பு வாங்க உன் மாமன்
சேத்தி அடுக்கிடுவான் - என் கண்ணே
சரி வரிசை செய்திடுவான்

என மாமன் தரும் சீரின் பெருமையை தாலாட்டில் பதிவுசெய்து மகிழ்கிறாள் தாய்.

பட்டணத்து சந்தையிலே - எங்கண்ணே உனக்கு
பந்து வந்து விற்குதம்மா - அந்த
பந்த விலை மதிக்க - மாமன்
பட்டணமே போறான்டி.

தாய் மாமன் தன் சகோதரியின் குழந்தைக்காக பந்துகளை விலைபேச பட்டணத்தில் உள்ள சந்தைக்குச் செல்வதிலிருந்து தன் சகோதரியின் குழந்தை மீது சகோதரனுக்கு இருக்கும் பாசத்தை அறியலாம்.

செண்ட விலை மதிக்க - மாமன்
சீக்கிரமாப் போறாண்டி

என்பதிலிருந்து செண்டு போன்ற வாசனைப் பொருட்களைத் தன் சகோதரியின் குழந்தைக்கு வாங்கித் தருவதில் பெருமை அடைகிறான் தாய் மாமன்.

மாமன் பெருமைகளைக் கூறல்

தாயின் உள்ளம் பொதுவாக அவர்களின் அண்ணன் தம்பி உறவுகளையே பெருமையாகப் பேசுவதில் மகிழ்ச்சி அடையும் குழந்தையின் தாய் மாமனை அரிச்சந்திரனாகவும், கோவலனாகவும் பெருமைபடக் கூறும் பாடலைக் கீழே காணலாம்.

ஆராரோ ஆரிராரோ - எங்கண்ணே
ஆராரோ ஆரிராரோ
ஆணை கட்டி அழுக்கெடுக்கும்

அங்க வண்ணான் உங்கப்பன்
ஆணை விலை கூற வந்தா
அரிச்சந்திரன் உங்க மாமன்
குதிரை விலை கூற வந்தா
கோவலனா உங்க மாமன்

என்னும் பாடல் வரிகளில் தாய்வீட்டுப் பெருமையையும் தன் கணவன் வீட்டுச் சிறுமையையும் காணலாம்.

ஆராரோ ஆரிராரோ - எங்கண்ணே
ஆராரோ ஆரிராரோ
பந்த விலை மதிக்க - உனக்கு
பத்து லட்சம் மாமன் மாரு
மாதுளையோ இனித்திருக்கும்
மாமன் மகன் வாசலிலே

என்ற வரிகளில் 10 லட்சம் மாமன்மார்கள் உள்ளதாக தாய் கற்பனையில் பாடுகிறாள். கொங்கு வட்டாரத்தில் தாயின் கூடப்பிறந்த சகோதரன் உறவு மட்டுமல்லாமல் சகோதரன் முறையாகிற உறவுகளையும் மாமனாகவே நினைக்கின்ற ஒற்றுமையால் எண்ணிக்கையில் அடங்காத வண்ணம் மாமன்மார்கள் அதிகமாக உள்ளனர். பொதுவாக கொங்கு வட்டாரத்தில் மாமன் மச்சான் உறவுகளே அதிகம்.

அத்தையும், அத்தையின் மகள், மகனின் உறவு நிலையும்

தந்தையின் சகோதரிகள் அத்தை என்று அழைக்கப் பெறுவர். இவள் தன் உடன் பிறந்தவனின் குழந்தைகள் மீது அன்பு செலுத்தத் தவறுவதில்லை. தன் உடன் பிறந்த இரத்தத்தின் இரத்தம் என்று அக்குழந்தையின் மீது அளவு கடந்த அன்பினைக் காட்டுவாள். குழந்தையின் மீது அத்தையார் கொண்டுள்ள அன்பினைத் தாலாட்டுப் பாடல்களில் காணலாம்.

ஆராரோ ஆரிராரோ - எங்கண்ணே
ஆராரோ ஆரிராரோ
சின்ன அத்தை கண்டானா - உனக்கு
சிரிக்க ஒரு கிளி கொடுப்பா
பெரிய அத்தை கண்டானா - உனக்கு
பேச ஒரு கிளி கொடுப்பா

என்ற பாடலில் குழந்தையின் அத்தை குழந்தைக்கு செயற்கைப் பொருட்களை வாங்கிக்கொடுப்பதைவிட இயற்கைப் பொருட்களை வாங்கிக்கொடுத்து குழந்தையின் அன்பைப் பெற ஆசைப்படுகிறாள்.

கொஞ்சும் கிளியைப் போலவே ஓடிப் பிடித்து விளையாடுவதற்கு புள்ளிமான் வாங்கிவருவதாக அமைந்த தாலாட்டுப் பாடலைக் கீழே காணலாம்.

ஆராரோ ஆரிராரோ - எங்கண்ணே
ஆராரோ ஆரிராரோ
புடிச்சு விளையாட
புள்ளி மான் கொண்டுவர்றோம்
ஓடி விளையாட
ஒரு மானும் கொண்டுவர்றோம்.

அத்தை மட்டுமின்றி அத்தையின் மகனும் குழந்தைக்குப் பொன்னால் ஆன தூரிகளைக் கொண்டுவந்து அத்தூரியில் ஒரு நாள் முழுவதும் உறக்கம் கொள்வாயாக என்பது போன்று அமைந்த பாடலைக் கீழே காணலாம்.

அத்தை மகன் ஆசாரி - எஞ்சாமி உனக்கு
சேத்துணாப்பான் பொன்தூரி
பொன் தூரி மேல் ஏறி
பொழுது ஒரு நாள் நித்திரையோ.

அத்தையின் மகன் மட்டுமின்றி மகளும் மாமன் மகள் மீது அன்பைக் காட்டுவாள். மாமன் மகள் வெல்லம் போன்ற இனிப்பு வகைகளைச் சாப்பிட்டுக் கொண்டு தெருவில் செல்லும் போது அக்குழந்தையின் வாயழகைப் பார்த்து சப்புவாள் என்பது போல் அமைந்த பாடல் ஒன்று.

வெல்லத்தை தின்னிட்டு - நீ
வீதியிலே போகையிலே
வெறி பிடித்த அத்தை மகன்
வெறு வாயச் சப்புவா

அத்தை மகனுக்கு மாமன் மகள் மீதுள்ள மோகத்தைக் காட்டுகிறது.

தாத்தா, பாட்டியின் உறவு நிலை

குழந்தையின் அப்பாவின் தந்தையாரும், அம்மாவின் தந்தையாரும் தாத்தா என்று அழைக்கப்பெறுவர். அப்புச்சி, அப்பாரு, பாட்டன், பாட்டா, சின்ன தாத்தா, அப்பார் என்று பல பெயர்களில் அழைக்கப் பெறுவர்.

குழந்தையின் அப்பாவின் தாயாரும், அம்மாவின் தாயாரும் பாட்டி என்று அழைக்கப்பெறுவர். ஆத்தா, அம்முச்சி, ஆச்சி, ஆயா, அம்மம்மா, அம்மாயி, அம்மாத்தாள் போன்ற பெயர்கள் பாட்டியைக் குறிப்பிடுகின்றன.

தாத்தாவுக்கும், பேரனுக்கும் உள்ள உறவைக் கீழ்வரும் பாடலில் காணலாம்.

ஆராரோ ஆரிராரோ - எங்கண்ணே
ஆராரோ ஆரிராரோ
மழைக்காலு இருட்டிலே - எங்கப்பா உனக்கு
குடைப்பாலு கொண்டு வரும் - எஞ்சாமி
கோவிலாரா உன் தகப்பன்

தாத்தாவுக்கு பேரன் மீது உள்ள பாசத்தை தாலாட்டில் வெளிக்காட்டும் தாய், மழை பெய்யும் இருட்டிலேயும் குழந்தைக்காகப் பால் கொண்டு வரும் கோவிலார் உன் தாத்தா என்று தனது அப்பாவின் பெருமையை பாடலில் பதிவு செய்கிறாள். பால் கொடுத்தும் அழுகையை நிறுத்தாத குழந்தையை யார் அடித்தார் எனக் கேட்டு குழந்தையை சமாதானப்படுத்துகிறாள்.

ஆராரோ ஆரிராரோ - எங் கண்ணே
ஆராரோ ஆரிராரோ
ஆரடிச்சு நீ அழுதாய் - எங் கண்ணே
அடிச்சாரை சொல்லியழு
பாட்டன் அடிச்சானோ
பஞ்சடைக்கும் கோலாலே
பாட்டி அடிச்சாளோ
பால் வார்க்கும் சங்காலே
அத்தை அடிச்சாளோ - எங் கண்ணே
அரளிப்பூச் செண்டாலே
மாமன் அடிச்சரோ- எங் கண்ணே
மல்லிகைப்பூச் செண்டாலே
ஆரடிச்சு நீ அழுதாய் - எங் கண்ணே
அடிச்சாரை சொல்லியழு

தாலாட்டுப் பருவத்தில் உள்ள குழந்தை எதற்காக அழுகிறது என்பது குழந்தைக்கும் தெரியாது. தாயுக்கும் தெரியாது. ஆனால் தாய் இப்பாடலின் வழி உறவுகள் குழந்தை மீது கொண்ட அன்பின் அளவுகோலைச் சுட்டுகிறாள். பாட்டனும் பாட்டியும் தந்தை வழி உறவுகள் அவர்கள் அடித்தால் வலிக்கும் என்றும் மாமன் தாய் வழி உறவு அவர் அடிக்கும் மல்லிகைப்பூ வலிக்காது எனத் தன் சொந்தங்களை உயர்த்திப்பிடிக்கிறாள். ஒவ்வொரு உறவும் எதைக் கொண்டு அடித்தார்கள் என சமுதாய உறவுப் பிரச்சனைகளை நூதனமாக பதிவுசெய்கிறாள்.

உறவு முறைகள் என்பது மக்கள் வாழ்வோடு பின்னிப் பிணைந்துள்ள ஒன்றாகும். அதோடு மட்டுமில்லாமல் மனிதனின் வாழ்க்கைப் பாதையில் உறவுகள் முக்கியமான இடத்தைப் பெறுகின்றன. உறவு என்னும் மூன்றெழுத்துக்குள் பாசம் என்னும் மூன்றெழுத்தும், பரிவு என்னும் மூன்றெழுத்தும், அன்பு என்னும் மூன்றெழுத்தும் உள்ளடங்கியுள்ளது.

உறவு முறைகள் இம்மண்ணில் நிலைத்திருப்பதற்கு காரணம் நம் முன்னோர்களே ஆவர். தாலாட்டுப் பாடலில் வெளிப்படும் தாய்க்கும், சேய்க்கும் உள்ள உறவு வேருக்கும் மண்ணுக்கும் உள்ள நெருக்கத்தைப் போன்றது. குழந்தையைத் தூங்கவைப்பதற்காக தாய்படும் பாட்டையும் தாயின் உள்ளத் தவிப்பையும் தாய் குழந்தையின் அழகை வருணிப்பதையும் கொங்கு வட்டத் தாலாட்டுப் பாடல்களில் காணலாம். இவையனைத்தும் தாயின் சிறப்பையும் தாயின் முக்கியத்துவத்தையும் உணர்த்துவதாக இருக்கின்றது.

தாலாட்டுப் பாடலில் தந்தையின் பெருமையும், பதவியும், செல்வமும் புகழ்ந்து பேசப்படுகின்றன. மாமன் அத்தை போன்ற உறவுகளின் தேவைகளையும், அவர்களின் உரிமையையும் அவர்கள் செய்யும் கடமையையும் காட்டுகின்றன. தாத்தா, பாட்டி போன்றோரின் பாசப் பிணைப்பையும் தாலாட்டில் உணரலாம்.

உறவுகள் இல்லையென்றால் மனிதன் வாழ்வு முழுமைபெறாது என்பதை அறிய முடிகிறது. கொங்கு நாட்டு மக்கள் தாய், தந்தை, மாமன், அத்தை, தாத்தா, பாட்டி போன்ற குடும்ப உறவுகளின் குண நலன்களையும் குழந்தைகளுக்குச் சிறு வயதிலிருந்தே ஊட்டி வளர்க்கின்றனர். இவையனைத்தும் மக்களின் வாழ்வியலோடு தாலாட்டுப் பாடல்களுக்கு உள்ள நெருக்கத்தைப் பற்றியும் விளக்குவதாக அமைகிறது.

4. கொங்குப் பண்பாட்டு பழக்கவழக்கங்கள்

கொங்கு நாட்டு மக்களின் வாழ்க்கை முறைகளை நாம் அறிந்து கொள்வதற்கு நாட்டுப்புற இலக்கியங்கள் பெரிதும் துணைபுரிகின்றன. நாட்டுப்புற இலக்கியங்கள் அம்மக்களின் பழக்கவழக்கத்தின் அடிப்படையிலேயே அமைகின்றன எனலாம். பழக்கம் என்பது கற்கும் செயலாகும். இது தனி மனிதனிடம் இயல்பாக வந்தமைந்த நடத்தையைக் குறிப்பதாகும். முதலில் தோன்றிய உயர்ந்தோர் பழக்கங்களே காலப்போக்கில் வழக்கங்கள் என்று பெயர்பெற்று பின்னால் வரும் மக்களுக்கு மேல் வரிச் சட்டங்களாக அமைகின்றன என்று மா.இராசமாணிக்கனார் குறிப்பிடுகின்றார்.

மனிதர்களின் பழக்கவழக்கங்களைப் பார்த்தே அம்மனித சமுதாயத்தின் பண்பாட்டை மதிப்பீடு செய்ய முடியும். நல்ல பழக்கவழக்கங்களே ஒரு நாட்டின் பண்பாடாக மலர்கின்றது. நாட்டுப்புறவியல் என்பது அறிந்தோ, அறியாமலோ நம்பிக்கைகள் பழக்கவழக்கங்கள் ஆகியவற்றில் பாதுகாக்கப்படும் ஒரு குறிப்பிட்ட மக்களின் பண்பாடேயாகும் என்று நாட்டுப்புறவியலுக்கு இலக்கணம் கூறுகிறார் அறிஞர் மரியாலீச். எனவே, பழக்கவழக்கங்கள் என்பது ஒரு நாட்டின் மதிப்பீட்டில் முக்கியமான அம்சம் எனலாம். மண்ணுக்கும் மனித தன்மைக்கும் ஏற்ப ஒவ்வொரு வட்டாரத்திற்கும் பண்பாடும் பழக்கவழக்கங்களும் வேறுபட்டவையாகவே இருக்கும். அவ்வகையிலே கொங்கு நாட்டு பழக்கவழக்கங்கள் உறவுகளோடு பின்னிப் பிணைந்திருக்கின்றன.

பழக்கவழக்கங்கள் - சொல்வரையறை

பழக்கவழக்கங்கள் என்பது பழக்கம், வழக்கம் என்னும் இரு சொற்களின் இணைப்பாகும். பழக்கம்-பயிற்சி, வழக்கம்-ஒழுக்கம் எனவும், வழக்கம்-பழக்கம் பொதுவானது எனவும் பொருள்படு கின்றன. இதன் அடிப்படையில் பழக்கவழக்கம் என்பதனை நோக்க தனிமனிதனின் பயிற்சி அல்லது ஒழுகும் முறையினைப் பழக்கம் எனவும், இத்தனிமனிதச் செயற்பாடு பொதுமை நிலையில் அதாவது ஒரு குழு அல்லது ஓர் இனம் அல்லது ஒரு மதம் அல்லது ஒரு நாடு என்ற முறையில் பயிலப்படும் பொழுது, வழக்கம் எனவும் நின்று இவை ஒருங்கிணைந்த நிலையில் பழக்கவழக்கமென சுட்டப்படு கின்றன என க.இந்திரசித்து விளக்குகிறார்.

பழக்கவழக்கங்கள் - பொருள் வரையறை

பழக்கத்தின் தொடர்ந்த நிலையே வழக்கமாகும். வழக்கம் சமூகம் சார்ந்த ஒன்றாகும். மனித நாகரீகம் தொடங்கிய நாளிலிருந்தே சில பழக்கவழக்கங்களை மக்கள் மேற்கொண்டிருந்தனர். மனிதனின் ஒவ்வொரு காலகட்டங்களிலும் அவனுடைய வாழ்க்கைமுறை மாறியது. வாழ்க்கை முறை மாற,மாற மனிதனின் பழக்கவழக்கங்களும் நாளுக்கு நாள் புதுவடிவம் பெற்றது. உலகில் உள்ள அனைத்து மக்களிடமும் பழக்கவழக்கங்கள் உள்ளன. ஆனால் அவை இடத்திற்கு இடம், காலத்திற்கு காலம், ஊருக்கு ஊர், நாட்டுக்கு நாடு, இனத்திற்கு இனம் வேறுபடுகின்றன. மக்களின் வாழ்க்கைமுறைக்கேற்பவே பழக்கவழக்கங்கள் அமைகின்றன.

ஒருவனது சமுதாயம் மரபு வழியே பரம்பரையாக அளிக்கின்ற கோலங்களும், தகுதிநிலைகளுக்கும் ஏற்ப ஒருவனது வாழ்க்கை அமைந்து வருகிறது. அவன் பிறந்திலிருந்து அவன் பிறந்த இடத்தில் இருக்கும் வழக்கங்கள் அவனது அனுபவங்களையும், நடத்தையையும் உருவாக்குகின்றன. அவன் பேச ஆரம்பிக்கும் போதே அவன் பண்பாட்டின் ஓர் உயிரியாக இருக்கிறான். அவன் வளர்ந்து அப்பண்பாட்டுச் செயல்களிலே பங்கு கொள்ளும் போது அதன் பழக்கங்களே அவன் பழக்கங்கள் ஆகிவிடுகின்றன. அதன் நம்பிக்கைகளே அவன் நம்பிக்கையாகவும் அது இயலாது என்று கருதுகிற செயல்கள் அவனுக்கு இயலாதவனாகவும் இருக்கின்றன என்னும் வரிகளில் ரூத் பெனிடிக்ட் விளக்கிக் கூறுகிறார்.

ஒருவன் பிறந்ததிலிருந்து அவன் மேற்கொள்ளும் அனுபவங்கள், செயல்கள், பயிற்சிகள் போன்ற அனைத்தும்தான் வழக்கங்களாக மாறுகின்றன. ஒருவன் செய்யும் செயல்தான் பழக்கவழக்கமாக மாறுகின்றன. ஒருவனுடைய பழக்கவழக்கத்தின் மூலம் தான் அவனுடைய உயர்வும், தாழ்வும் பற்றி அறியமுடிகிறது. ஒருவன் செய்கின்ற செயலே பழக்கமாகிறது. அப்பழக்கமே, சில நம்பிக்கை களாகவும் பண்பாடுகளாகவும் மாறுகின்றன. பொருளாதார அடிப்படையிலும் பழக்கவழக்கங்கள் ஏற்படுகின்றன. உறவுகளில் இருக்கும் உரிமைகளின் அடிப்படையில் பழக்கவழக்கங்கள் ஏற்படுகின்றன. இதனடிப்படையில் கொங்கு நாட்டுத் தாலாட்டுப் பாடல்களில் இடம்பெற்றுள்ள பழக்கவழக்கங்களைக் காண்போம்.

விளையாட்டு

ஒரு மனிதன் இப்புவிக்கு அறிமுகமாகும் போது அவனுக்கு முதலில் அறிமுகமாவது அவன் தாய். அவன் முதலில் பெறுவது

தாயினுடைய அரவணைப்பு, ஒலி, இசை, அன்பு ஆகியவையாகும். இசைக்கு இசையாதோர் எவரும் இல்லை எனலாம். ஆகையால் தாயும் தன் உணர்வை அன்பின் பரிணாமத்தை வெளிப்படுத்த மற்றும் தன் குழந்தையை உறங்கவைக்க அவள் எடுத்துக் கொள்ளும் சாதனம் ஒலியுடன் இணைந்த இசையே ஆகும். ஆதலால் இடத்திற்கேற்ப வார்த்தையையும் பொருளையும் அமைக்கிறாள். அவ்வாறு பாடும் பாடலே தாலாட்டுப் பாடலாகும். தாலாட்டுப் பாடல்கள் இடத்துக்கும் சூழலுக்கும் ஏற்ப பல்வேறு பரிமாணங்களைக் கொண்டு விளங்குகின்றன என அ.அறிவழகன் குறிப்பிடுகின்றார்.

கொங்கு நாட்டு மக்களின் விளையாட்டுக்கள் அம்மக்களின் நாகரீகத்தோடும், பண்பாட்டோடும் தொடர்பு கொண்டவையாகும். விளை + ஆட்டு - விளையாட்டு விள் + ஐ - விளை என்றாகிப் பின் ஆட்டு என்ற சொல்லுடன் இணைந்து விளையாட்டு என்னும் பெயர் பெற்றது. விளையாட்டில் உடற் செயல்களும், உள்ளச் செயல்களும் இடம்பெறுகின்றன. விளையாட்டு என்பது ஒரு கலை. அதை பொழுது போக்கிற்காக மட்டுமன்றி கற்பித்தல் நோக்கத்திற்காகவும் விளையாடப்படும் ஒரு கட்டமைப்பு கொண்ட செயற்பாடு ஆகும். விளையாட்டு நம்மை ஆரோக்கியமாகவும் சுறுசுறுப்பாகவும் வைத்திருக்கும். ஆரோக்கியமான உடல் இருந்தால் தான் ஆரோக்கியமான மனதைப் பெறமுடியும். உடல், மனம் நலமாக இருந்தால்தான் நம் வாழ்வில் எதையும் சாதிக்கலாம். அவ்வாறு வாழ்க்கைக்குப் பயிற்சி அளிக்கும் களம்தான் விளையாட்டு. விளையாட்டு என்பது மனமகிழ்ச்சிக்காகவும், வீரத்தினைப் புலப்படுத்துவதற்காகவும், பொழுதுபோக்கிற்காகவும் தோன்றின யெனும் போதே விளையாட்டில் உடற் செயல்களும், உள்ளச் செயல்களும் இணைந்திருப்பதை அறிய முடிகிறது. விளையாட்டுப் பற்றி தாலாட்டுப் பாடல்களும் பேசுகின்றன. இனி தாலாட்டுப் பாடல்களில் காணப்படும் விளையாட்டுக்கள் எவையெவை என்பதைக் காணலாம்.

கைப்பந்து உலகின் பல்வேறு பகுதிகளில் விளையாடப்படும் ஒரு பிரபலமான விளையாட்டு. இவ்விளையாட்டைப் பற்றி கி.பி 9ஆம் நூற்றாண்டிலேயே ஐம்பெரும் காப்பியங்களில் ஒன்றான சீவக சிந்தாமணியில் காணலாம். காப்பிய காலத்திலேயே தெருக்களில் ஆடவரும் பெண்டிரும் பந்து விளையாடுவதை விமலையார் இலம்பகத்தில் காணலாம். நமது மூதாதையர்கள் விட்டுச்சென்ற விளையாட்டுக்களையே பண்பாட்டு விளையாட்டுகள் என்கின்றோம். அவ்விளையாட்டின் தொடர்ச்சியே நாட்டுப்புற இலக்கியத்திலும் பதிவாகியுள்ளது. வாய்மொழி இலக்கியத்திற்கும், பருப்பொருள் சார்ந்த

பண்பாட்டிற்கும் இடையே மரபுவழி வாழ்க்கையில் பல கூறுகள் இருபுறமும் நோக்கியவாறு அமைந்து கிடக்கின்றன. அத்தகைய ஒரு கூறு சமுதாய நாட்டுப்புறப் பழக்கவழக்கங்கள் என்கிறார். ரிஜீச்சர்ட் எம்.டார்சன்.

கொங்கு நாட்டுத் தாலாட்டுப் பாடல்களில் குழந்தைகள் பந்து விளையாடுவதை ஒரு பழக்கமாக குறிப்பிட்டுள்ளனர். "ஓடி விளையாடு பாப்பா" என்ற பாரதியின் பாடலை நாட்டுப்புறமக்கள் தாலாட்டின் வழி குழந்தைப் பருவத்திலேயே விளையாடும் பழக்கத்தை ஏற்படுத்த முயற்சி செய்துள்ளனர்.

    ஆராரோ, ஆரிராரோ - எங்கண்ணே
    ஆராரோ, ஆரிராரோ
    பரட்டைப் புளியமரம் - உனக்கு
    பந்தாடும் நந்தவனம் நீங்க
    பந்தாடி வெளிய வந்தா - அந்த
    பகவானும் கையெடுப்பான்.

குழந்தைகள் பந்து விளையாடும் பொழுது அணி அணியாக விளையாடுவர். அவ்வாறு விளையாடும் பொழுது குழந்தையின் தலைமைத்துவம், குழுப்பணி மற்றும் சமூகத்திறன்களை மேம்படுத்தும். பந்தாடுவதின் மூலமாக உடல் ஆரோக்கியமாகவும், மனமகிழ்ச்சியாகவும் இருக்கும். பகவானும் கையெடுப்பான் எனக் குறிப்பிடுவது பந்து விளையாட்டில் வெற்றி பெற்று வருபவர்களைப் பார்த்தால் தெய்வமும் கையெடுத்து வணங்கும் என்பதன் மூலம் வெற்றியின் மதிப்பையும் வெற்றி பெற்றவர்களின் மதிப்பையும் குழந்தைக்கு சொல்லித்தருகிறாள் தாய். ஆரோக்கியமானவர்களை இறைவனும் விரும்புவார் என்ற உண்மையை நாட்டுப்புற மக்கள் நம்பினர்.

பசி எடுக்காமலேயே சாப்பிடுவது தவறு. 'பசித்துப் புசி' என்பதற்கேற்ப பசி எடுப்பதற்கு விளையாட்டுகள் உதவுகின்றன என்பதை தாலாட்டுப் பாடல்களில் கற்பிக்கிறாள் தாய்.

    ஆராரோ, ஆரிராரோ - எங்கண்ணே
    ஆராரோ, ஆரிராரோ
    பரட்டைப் புளியமரம் - உனக்கு
    பந்தாடும் நந்தவனம்
    பந்தாட, பந்தாட - உனக்கு
    பால் பசி ரொம்பமப்பா.

கொங்கு நாட்டுமக்களிடையே சூதாடும் பழக்கம் இருந்ததுள்ளது என்பதை தாலாட்டுப் பாடல்களில் காணமுடிகிறது. நம் நாட்டில் சூதாடும் பழக்கம் மகாபாரத காலம் தொட்டே பழக்கத்தில் உள்ள விளையாட்டாகும். கி.மு 4ஆம் நூற்றாண்டில் அர்த்தசாத்திரம் எனும் நூல் சூதாட்ட வரி மற்றும் சூதாட்டக் கட்டுப்பாடுகள் பற்றி விரித்துரைக்கிறது. சில நாடுகளில் சூதாட்டம் சட்டத்தால் தடை செய்யப்பட்டுள்ளது. ஒரு சில நாடுகள் இதனைக் கட்டுப்பாட்டுடன் அனுமதிக்கின்றன. பல சமயங்களில் சூது தீய பழக்கமாகவும் விலக்கி வைக்கக்கூடிய ஒன்றாகவும் கருதுகின்றனர். இந்து சமய நூல்களும் தமிழில் தோன்றிய நீதி நூல்களும் சூதாட்டத்தால் விளைந்த கேட்டையும் அவமானங்களையும் எடுத்துரைக்கின்றன. சூதாட்டம் ஒருவனுக்கு தன்முனைப்பாற்றலைத் தந்தாலும் அவ்விளையாட்டு ஏற்புடையதாக இல்லை. சூதாட்டம் பொழுதுபோக்கிற்காக மட்டும் விளையாடி பணத்தின் மீது மோகமோ வெறியோ அளிக்காத வரையிலும் ஏற்புடையதாக இருக்கும். இவ்வகையிலேயே கொங்கு நாட்டு மக்களிடம் சூதாடும் பழக்கம் இருந்துவந்துள்ளது.

ஆராரோ, ஆரிராரோ - எங்கண்ணே
ஆராரோ, ஆரிராரோ
சுரட்டைப் புளிய மரம் - நீ
சூதாடும் நந்தவனம் - நீ
சூதாடி வெளியவந்தா - உனக்கு
சூரியனும் கையெடுப்பான்.

ஆராரோ, ஆரிராரோ - எங்கண்ணே
ஆராரோ, ஆரிராரோ
சுரட்டைப் புளியமரம் - நீ
சூதாடும் நந்தவனம் - நீ
சூதாட, சூதாட - உனக்கு
சோற்றுப் பசி ரொம்பமப்பா

என்ற பாடல்களின் மூலமாக சூதாடிவிட்டு பணத்தோடு திரும்பி வந்தால் பெருமை என்றும் சூதாடி, சூதாடி பொருளையெல்லாம் இழந்து விட்டால் பின்னர் சோற்றுக்கே வழியில்லாமல் போய்விடும் என்ற ஒழுக்க நெறியை குழந்தைக்கு ஊட்டுகிறாள் தாய். சோற்றுப்பசி பால் குடிக்கும் குழந்தைக்கு ஏற்படாது. மாறாக பெரியவர்களுக்கே உண்டாகும். ஆக சூதாடி பொருளையெல்லாம் தொலைத்த தன் கணவனை நினைத்தோ மற்ற உறவினர்களை நினைத்தோ அவர்களுக்கு அறிவு புகட்டுவதாகத்தான் பாடியிருக்கக்கூடும். எனவே, பொருள் எதுவும் பணயமாக வைத்து விளையாடாமல் வெறும் பொழுது

போக்கிற்காகவே இதை ஒரு வகை விளையாட்டாக வைத்துக் கொண்டால் அனைவருக்கும் நல்லது என்பதை உணரவைக்கிறது இப்பாடல்.

குழந்தைகளுக்கு விளையாட்டுக்களினால் ஏற்படும் களைப்பு ஆழ்ந்த உறக்கத்தை தருகின்றது. அந்த அடிப்படையில் பிள்ளைகளை விளையாடத் தூண்டுவதாக சில தாலாட்டுப் பாடல் அமைந்திருக்கின்றது.

  ஆராரோ, ஆரிராரோ - எங்கண்ணே
  ஆராரோ, ஆரிராரோ
  தங்க புளியமரம் - என்
  சதுராடும் நந்தவனம்
  சதுரம் விளையாடி வந்தா
  தங்கம் உறங்கிடுமா
  தங்க மயிலே தூங்கிடுமா

என்னும் பாடல் வரிகள் உணர்த்துகின்றன.

அணிகலன்கள்

உலகம் முழுவதும் வாழும் தொல்குடி மக்கள் அணிகலன்கள் அணிவதை ஒரு வழக்கமாகக் கொண்டிருந்தனர். அம்மக்களைப் பொறுத்த அளவில் இப்பழக்கமானது தங்கள் மூதாதையர் தங்களுக்குக் கொடுத்த தொன்ம மரபின் வளர்ச்சியாகவே கொண்டிருந்தனர். தொடக்கத்தில் இயற்கையாகக் கிடைக்கும் விதைகளில் துளையிட்டு மெல்லிய கயிறுகளில் கோத்து அணிந்திருந்தனர். பின்னர் படிப்படியாக பல்வேறு விலையுயர்ந்த பொருட்களைப் பயன்படுத்தி அணிகலன்கள் செய்யப்பட்டன. பொதுவாக அணிகலன் அணிகின்ற பழக்கம் மக்களிடையே இருந்தது என்பதை தாலாட்டுப் பாடல்கள் உணர்த்துகின்றன. காலிலே சிலம்பு அணியும் வழக்கம் (தண்டை) இருந்ததைப் பின்வரும் பாடலின் வழி அறியலாம்.

  புல்லாங் குழலெடுத்து எங்கண்ணே - நீ
  புது மலைக்கு மாடோட்டி - நீ
  ஓடி முடுக்கயலே எங்கண்ணே - உனக்கு
  ஒரு காலு சிலம்பு உதிரோ.

கொங்கு வட்டார மக்கள் ஆடு மாடுகளை மலைக்கு ஓட்டிச் சென்று மேய்ப்பர். அவ்வாறு செல்லும் பொழுது தங்கள் குழந்தைகளையும் அழைத்துக் கொண்டு செல்வர். அத்தகைய சிறுவர்கள் காலில் அணிந்திருக்கின்ற சிலம்புகளிலிருந்து முத்துக்கள் உதிர்வதாய் இப்பாடல் அமைந்துள்ளது. குழந்தைகளுக்கு காலில்

சிலம்பணியும் வழக்கம் இம்மக்களிடையே காணப்பட்டது. இத்தகைய சலங்கைகள் வெள்ளி, முத்து, பவளம், ஐம்பொன் மற்றும் தங்கத்தால் செய்திருந்தனர். எனவே, கொங்கு வட்டார மக்கள் செல்வச் செழிப்பான மேட்டுக்குடி மக்களாகத் திகழ்ந்திருந்தனர் என்பதில் ஐயமில்லை.

தங்க சிலம்பு கட்டி - நீ
தவழ்ந்து விளையாடி
தங்க மயிலே உறங்குமா
வெள்ளி சிலம்பு கட்டி - நீ
விளையாட வந்தாயம்மா
வெள்ளி மயிலே உறங்குமா
தங்க கொலுசும் சங்கிலியும்
தாய் மாமன் சீராகும்
ஐம்பொன்னும் வளையலும்
அத்தையின் சீதனமாகும்
கனிவான மலரே கண்ணுறங்கு.

மேலும் குழங்தைக்குத் தாய்மாமன் சீர் செய்யும் வழக்கத்தையும், அத்தை சீர் செய்யும் வழக்கத்தையும் காண முடிகிறது. தாய்மாமன் சீராகத் தங்கக்கொலுசும், அத்தையின் சீராக ஐம்பொன் வளையலும் அமைந்திருப்பதைக் காணமுடிகிறது. இன்றும் திருநெல்வேலி மாவட்டத்தில் குழந்தை பிறந்தால் அத்தையின் சீராக தங்கவளையல் அணியும் வழக்கம் இருப்பதை இங்கு சுட்டிக்காட்ட வேண்டியுள்ளது.

தங்கம், வெள்ளி போன்றவற்றால் குழந்தைகளின் காலுக்கு சிலம்பை அணிவித்து அழகுபார்க்கும் தாய் ஒரு பக்கம். அவ்வணிகலன்களை தாலாட்டிலாவது அணிவித்துப் பார்க்கும் தாய் மறுபக்கம். குழந்தையின் 10 விரலுக்கும் மோதிரம் அணியும் வழக்கம் இருப்பதை இத்தாலாட்டுப் பாடல் வழி அறிய முடிகிறது.

ஆராரோ, ஆரிராரோ - எங்கண்ணே
ஆராரோ, ஆரிராரோ - உன்
பத்து விரலுக்கெல்லாம்
பைத்தங்கா மோதிரமா - உன்
எட்டு விரலுக்கெல்லாம்
எழுத்தாணி மோதிரமா
கண்மணியே நீ தூங்கு

அடுத்து வரும் பாடலில்
> ஆராரோ, ஆரிராரோ - எங்கண்ணே
> ஆராரோ, ஆரிராரோ
> கரும்பு வெட்டி
> கால் நிறுத்தி - எங்கண்ணே உனக்கு
> கண்ணடிப்பார் பொட்டுவிட்டு - எங்கண்ணே
> கரும்பு தளதளக்க - எங்கண்ணே நீ
> கைவளையல் ஓசையிட

குழந்தை தனியாக இருக்கும் பொழுது கை வளையல் ஓசையைக் கேட்டுக்கொண்டு பயமில்லாமல் இருக்கும் என்பது அம்மக்களின் நம்பிக்கையாய் இருந்தது. இதன் வளர்ச்சியாகக்கூட இன்று தொட்டிலின் மேல் ஒலி எழுப்பக்கூடிய மணி போன்ற விளையாட்டு சலங்கைகளை தொங்கவிட்டுள்ளனர். மேலும் இவ்வாறு அணிகலன்கள் அணிந்திருப்பதால் குழந்தைகளுக்கு திருஷ்டி ஏற்பட்டுவிடும். அத்திருஷ்டியைப் போக்க திருஷ்டிப் பொட்டு இடும் வழக்கம் இருந்ததைக் கண்ணடிப்பார் பொட்டுவிட்டு என்ற வரி விளக்குகிறது.

குழந்தைக்கு கறுப்புநிற வளையல்களை அணிவிப்பதன் மூலம் பேய், பிசாசுகள் அண்டாது என்ற நம்பிக்கையில் அமைந்த பழக்கவழக்கமும் இருந்தது. குழந்தைக்கு வெளியிலிருந்து வரும் ஆபத்துக்களை கருப்பு வளையலானது தடுத்து விடுகிறது என அவர்கள் எண்ணினர். வளையல் என்பதைக் காப்பு என்றும் நாட்டுப்புற மக்கள் அழைப்பதை இன்றும் நாம் பார்க்க முடிகிறது.

காது குத்தும் வழக்கம்

காது குத்தும் பழக்கம் நாட்டுப்புற மக்களிடையே காணப்பட்டது. இது ஒரு தொன்மப்பழக்கமாகும். அக்கால மக்களின் மருத்துவ முறையில் ஒன்று வலி உள்ள இடங்களில் ஊசி போன்ற கூர்மையான கருவிகளால் குத்தி அந்நோயின் தன்மையைக் குறைக்கும் வழக்கம் மக்களிடையே காணப்பட்டதை அறியலாம். ஆகவே, குழந்தைக்கு காதுகுத்தும் பழக்கம் நாட்டுப்புறத் தாலாட்டுப் பாடல்களில் காணப்படுகின்றன. காது குத்துவதற்கான காரணம் மருத்துவத் தன்மையானது என்ற போதிலும் நாட்டுப்புற மக்கள் தங்கள் குழந்தைகளுக்கு காதுகுத்துதல் என்பதானது குழந்தையின் உடலில் ஒரு சிறு காயம் அல்லது ஊனம் ஏற்படுத்திவிட்டால் அக்குழந்தையின் மேல் எமன் ஆசைப்படமாட்டான் என்பதற்காகவே என அவர்கள் எண்ணுவது நம்பிக்கையின் அடிப்படையில் அமைந்த பழக்கவழக்கமாகும்.

குழந்தைக்கு காதில் அணியும் அணிகலன்கள் எவையெவை என்பதையும் பின்வரும் தாலாட்டுப் பாடல் பட்டியலிடுகிறது.

ஆராரோ, ஆரிராரோ - எங்கண்ணே
ஆராரோ, ஆரிராரோ
என் செல்லம் கண்மணிக்கு
என்னவேணும் காதுகுத்த
தங்க சிமிக்கிகளாம்
தனி வயிர லோலாக்காம்
பொன்னால் சிமிக்கிகளாம்
பொடி வயிர லோலாக்கலாம்
கல்லால் சிமிக்கிகளாம்
ஆராரோ ஆரிராரோ

சிமிக்கி, லோலாக்கு இவற்றை காதணிகளாகப் பயன்படுத்தும் வழக்கத்தை இம்மக்கள் மேற்கொண்டிருந்தனர் என்பதை இப்பாடல் வழி அறிய முடிகிறது. தங்கமும், வயிரமும் இவர்கள் பயன்படுத்தினர் என்பதிலிருந்து மக்களின் செல்வச் செழிப்பு விளங்குகிறது.

கொங்கு நாட்டில் குழந்தை பிறந்து ஓராண்டு நிறைவடைந்தவுடன் கோயிலுக்கோ அல்லது வீட்டிலேயோ வைத்து காது குத்தும் நிகழ்ச்சி நடைபெறுகிறது.

ஆராரோ, ஆரிராரோ - எங்கண்ணே
ஆராரோ, ஆரிராரோ
வாய் துடைக்கோ பட்டோ - உனக்கு
வரிசை தந்தார் உன் மாமன்
பட்டெடுங்க தொட்டில் கட்ட
பவுன் எடுங்க காதுகுத்த
காது குத்த வாரார் அம்மா
கார் மேகம் உன் மாமன்
காது குத்தி தோடு அணிந்து
கணபதியை நமஷ்கரித்து
முந்தி புடியுங்க அம்மா.

இப்பாடலின் வாயிலாகக் காதுகுத்தும் சடங்கு தினத்தன்று இக்குழந்தைக்கு மாமன் உறவுக்காரர்கள் சீருடன் வருவார்கள் எனத் தெரிகிறது. காதுகுத்துக்கு மாமன்மார்கள் சீர்தரும் பழக்கம் இன்றும் நடைமுறையில் காணப்படுகின்ற பழக்கம் ஆகும். மாமன் மடி மீது அமர்ந்தே குழந்தைகளுக்கு காது குத்துவதைத் தங்கள் பழக்கமாக நாட்டுப்புற மக்கள் கொண்டுள்ளனர். பட்டால் ஆகிய ஆடை அணியும்

வழக்கமும், காதில் தங்கத்தால் ஆன அணிகலன் அணியும் வழக்கமும், காதுகுத்து நடைபெறும் இடம் கோயிலாக இருக்க வேண்டும் என்னும் வழக்கத்தினையும் அறிய முடிகிறது. மாமனைப் பற்றிக் கூறும்பொழுது கார்மேகம் உன் மாமன் என்பதிலிருந்து கார் மேகம் போல கைமாறு கருதாத தாராள மனமுடையவன் மாமன் என மாமனின் பெருமை பேசும் வழக்கத்தினையும் காணமுடிகிறது.

தொட்டில் கட்டும் பழக்கம்

குழந்தையைத் தொட்டிலில் தூங்கவைப்பது இயல்பான ஒன்று. கொங்கு வட்டாரத்தில் தொட்டில் கட்டுவதை விழாவாகவே கொண்டாடி மகிழ்வர். தொட்டிலுக்கு எனத் தனியாகவே தொட்டத் துணி எடுப்பர். குழந்தையின் உறக்கத்திற்கு எந்த ஒரு இடையூறும் இல்லாமலும் ஒரு பாதுகாப்பு கவசமாகவும் தொட்டிலைப் பயன்படுத்தும் வழக்கம் இருந்துவந்தது.

தொட்டிலில் குழந்தை தூங்குவதற்கான அடிப்படைக் காரணம் தொட்டிலானது ஒரு சீரான இயக்கத்தில் அசைவதேயாகும். கீழ்க்கண்ட பாடலில் தொட்டில் கட்டுவதற்கான மரமாக மூங்கில் குறிப்பிடப்பட்டுள்ளது.

ஆராரோ, ஆரிராரோ - எங்கண்ணே
ஆராரோ, ஆரிராரோ
பாலமலை மூங்கில் வெட்டி - எங்கண்ணே உனக்கு
பசு மூங்கில் தொட்டில் கட்டி - உனக்கு
பசு மூங்கில் தொட்டிலிலே - எங்கண்ணே உனக்கு
பாலகனார் நீ உறங்கு.

பசு - பசுமை இளமூங்கில் மரம் தொட்டில் கட்டப் பயன்படுகிறது. காரணம் முற்றிய மூங்கில் உடைந்துவிடும் என்ற அச்சம் பொதுவாகக் காணப்படினும் தொட்டில்களுக்கு கொடி மூங்கில் வகை சிறப்பு வாய்ந்ததாகக் கருதியே தொட்டிலுக்கு பயன்படுத்துகின்றனர். கொங்கு நாட்டு மக்களின் தாலாட்டுப் பாடல்களில் வேளாண்மைச் செய்திகளோடு நுணுக்கமான சில குறிப்புகளையும் ஆங்காங்கே காணமுடிகிறது.

ஆராரோ, ஆரிராரோ - எங்கண்ணே
ஆராரோ, ஆரிராரோ
கொல்லி மலை மூங்கில் வெட்டி
கொடி மூங்கில் நார் உரிச்சு
கொடி மூங்கில் தொட்டலிலே
கொஞ்சும் கிளி நீ உறங்கு

பாலமலை, சென்னிமலை, கொல்லிமலை போன்ற மலைத்தொடர்கள் கொங்கு வட்டாரத்திற்கு அருகாமையில் உள்ளது.

இம்மக்கள் தொழில் காரணமாக இடம் பெயர்ந்து செல்லும் போது தங்களுக்கு எளிதில் கிடைக்கக்கூடிய மரங்களிலிருந்தும் குழந்தைகளுக்காகத் தொட்டில் கம்புகளைத் தேர்ந்தெடுக்கும் வழக்கத்தினைக் கீழக்கண்ட பாடலில் அறியலாம்.

ஆராரோ, ஆரிராரோ - எங்கண்ணே
ஆராரோ, ஆரிராரோ
ஆத்துக் கரும்ப வெட்டி
அடிக் கரும்பு நார் உரிச்சு
அடிக் கரும்பு தொட்டலிலே
அஞ்சும் கிளி நீ - உறங்கு
கொளத்துக் கரும்பு வெட்டி
கொடிக் கரும்பு நார் உரிச்சு
கொடிக் கரும்பு தொட்டலிலே
கொஞ்சும் கிளி நீ - உறங்கு

கொங்கு நாட்டுப் பெண்கள் கரும்பு வெட்டும் தொழிலுக்குச் செல்லும் போது தங்கள் குழந்தையையும் எடுத்துக்கொண்டு செல்வதை வழக்கமாக கொண்டுள்ளனர். அப்பொழுது குழந்தைகளை உறங்க வைக்க கரும்பைத் தொட்டிலாக்கியுள்ளனர். ஆகவே, வல்லவனுக்கு புல்லும் ஆயுதம் என்பதற்கேற்ப கொங்கு நாட்டுப் பெண்கள் சமயோசித அறிவுடையவர்களாக காணப்படுகின்றனர். மேலும், இப்பாடலில் ஆற்றுப்பாசனம் போன்ற நீர் நிலைகள் நிரம்பிய பகுதிகளிலேயே கரும்பு விளைவிக்கப்பட்டது என்கின்ற வேளாண்மைச் செய்தியையும் பதிவுசெய்கின்றனர்.

தாலாட்டுப் பாடலில் பெருமை பேசல்

கொங்கு வட்டார மக்கள் செல்வச் செழிப்பானவர்கள் என்பதை தங்கள் குழந்தைகளைத் தாலாட்டும் தாலாட்டுப் பாடல்களின் வழி அறியமுடிகிறது. தங்களின் செல்வநிலையை இப்பாடல்கள் மூலம் அவர்கள் காட்டத் துணிகின்றனர். இது ஒரு வகையில் பெருமை பேசுதல் என்ற போதிலும் தங்கள் குழந்தைகள் செல்வச் செழிப்போடு வாழட்டும் என்கின்ற குரலே மேலோங்கி நிற்கின்றது.

ஆராரோ, ஆரிராரோ - எங்கண்ணே
ஆராரோ, ஆரிராரோ
பால் குடிக்க வெள்ளிக் கிண்ணி

பழந்திங்க தங்கத் தட்டோ
முகம் பார்க்க வெள்ளிக் கண்ணாடி
காலுக்கு வெள்ளித் தண்டை
கொண்டு வந்தான் தாய்மாமன்

கொங்கு நாட்டு மக்கள் குழந்தைகளுக்குப் பால் கொடுக்க வெள்ளிக்கிண்ணத்தையும் பழம் திங்க தங்கத் தட்டையும், குழந்தை முகம் பார்க்க வெள்ளிக் கண்ணாடியையும் பயன்படுத்தினர் என்பதை நோக்க இவர்கள் வாழ்ந்த காலம் செல்வச்செழிப்பு மிகுந்த காலம் என்பதைக் காட்டுகிறது. அத்தனை சீர்களையும் தாய்மாமன் கொண்டு வந்தார் என்பதை நோக்க தாய் மாமன் கட்டாயம் சீர் கொண்டுவர வேண்டும் என்ற பழக்கமும், ஒரு பெண் தாலாட்டுப் பாடல் வழி தன் அண்ணன், தம்பியின் பெருமை பேசும் வழக்கமும், தன் பிறந்த வீட்டுப் பெருமையைப் பேசும் வழக்கமும் காணப்படுகிறது.

குழந்தைக்கு நெய், பால் போன்றவற்றை பருகக் கொடுக்கும் பொழுது சங்கடைகளைப் பயன்படுத்தினர். தோட்டத்தில் உள்ள பழங்களைப் பறிப்பதற்கு வெள்ளித் தட்டுகளைப் பயன்படுத்தினர். இவையனைத்தும் இவர்களின் செல்வச் செழிப்பையும், செல்வச் சிறப்பையும் பருகும் பொருட்கள் மீது அவர்கள் கொண்ட நாட்டத்தையும் காட்டுகின்றன.

ஆராரோ, ஆரிராரோ - எங்கண்ணே
ஆராரோ, ஆரிராரோ
நெய்வார்க்கும் சங்கடையோ - எங்கண்ணே உனக்கு
நிறம் பார்க்க கண்ணாடியோ - அந்த
கண்ணாடி மின்னலுக்கு - எங்கண்ணே உனக்கு
கைவளையல் சோதி மன்னன்
பால் வார்க்கும் சங்கடையோ - எங்கண்ணே உனக்கு
பழம் பொரிக்கும் வெள்ளித் தட்டோ - அந்த
வெள்ளித் தட்டம் மின்னலுக்கு - எங்கண்ணே உனக்கு
கைவளையல் சோதி மன்னன்.

என்பது பாடல்.

உயர்வான உணர்வூட்டும் வழக்கம்

தாய் தன் குழந்தையை இயற்கைப் பொருட்களான சூரியன், சந்திரன் போன்றவற்றோடு ஒப்பிட்டு பெருமைப்பட்டது மட்டுமல்லாமல் தங்கள் குழந்தைகளை சோழர்குல அரசராகவே கற்பனை செய்து மகிழ்கின்றனர்.

தூரி, தூரி, தூராரோ - கண்ணே
தூரிமுத்து நீ தூங்கு
சோறும் அடுப்பிலே - நான் பெத்த
சோழ ராஜா தொட்டிலிலே

வறுமையில் இருக்கும் தாய்மார்களும், தங்கள் குழந்தைகளும் ஒரு நாள் அரசராவார்கள், நாட்டை, ஆளுவார்கள் என்ற உயர்வான உணர்வை குழந்தைகளுக்கு தொட்டிலில் இருந்தே ஊட்டும் பழக்கவழக்கம் இருந்ததை உணரமுடிகிறது. தன் மகன், ராஜா போன்று செல்வச் செழிப்புடன் உலகாள வேண்டும் என்பது தாயின் உயர்ந்த ஆசையாகும்.

பூச்சூடி கண்ணுக்கு மையிடும் பழக்கம்

சங்க காலத்தில் ஆண் பெண் என இருபாலருக்கும் பூக்களைச் சூடும் பழக்கம் இருந்துவந்துள்ளதை சங்கப் பாடல்களில் அறியலாம். பொதுவாகவே பெண்கள் பூ வைப்பதை அழகாகவும், மங்கலமாகவும் கருதுகின்றனர். குழந்தைக்கு தலைசீவி பூ வைத்து கண்ணுக்கு மையிட்டு குழந்தையை அழகு பார்க்கின்றனர் நாட்டுப்புற மக்கள்.

ஆராரோ, ஆரிராரோ - எங்கண்ணே
ஆராரோ, ஆரிராரோ
ஆத்து ரொம்ப தண்ணீவரும்
அடிக்கல்லி மேல வரும்
அடிக்கல்லி பூ வெடுத்து
அன்னக்கிளிக்கு சூட்டிடுவோம்
அன்னக் கிளியே தூங்கிடு

கண்களின் ஓரங்களிலும் கடைக்கண்களிலும் துரும்பு அல்லது ஓலை கொண்டு மைத்தீட்டுவர். இதனால் கண்கள் கவர்ச்சியாகவும் குளிர்ச்சியாகவும் இருக்குமென கொங்கு மக்கள் நம்புகின்றனர்.

தூரி தூரி தூராரோ எங்கண்ணே - உனக்கு
தூங்காத கண்ணுக்கு எங்கண்ணே - உனக்கு
துரும்பு கொண்டு மை எழுதோ
உறங்காத கண்ணுக்கு - எங்கண்ணே - உனக்கு

ஓலை கொண்டு மை எழுதோ
கத்தி போல் வாக்கெடுத்து

கச்சிதமாய் பொட்டு வச்சு
கண்ணே கண்ணுறங்கு
கானகத்து மயிலுறங்கு

மேற்கண்ட பாடலின் மூலம் குழந்தைக்கு தலைசீவும் பொழுது வாகெடுத்து தலைசீவி, உச்சித் தலைக்கு நேராக நெற்றியில் பொட்டு வைக்கும் பழக்கமும் இருப்பதை உணரமுடிகிறது.

சுகாதாரத்தை அடிப்படையாகக் கொண்ட பழக்கம்

வீடு துடைப்பது, அடுப்பு துடைப்பது போன்ற செயல்கள் சுகாதாரத்தை அடிப்படையாகக் கொண்டமைந்த பழக்கவழக்கங் களாகும். வீட்டைச் சுத்தம் செய்தல் எல்லா மக்களுக்கும் பழக்கமானது தான் எனினும் குறிப்பாக கொங்கு நாட்டுப்புற மக்களிடையே அதிகமாகக் காணப்படுகின்றன. நாட்டுப்புற மக்களின் வீடுகள் பல மண் தரைகளைக் கொண்டுள்ளன. ஆகவே, அவர்கள் பசுவின் சாணத்தைக் கரைத்து மெழுகுதலையும் காணலாம். அடுப்பையும் அவ்வாறே பசுவின் சாணத்தைக் கரைத்து மெழுகுவர். காரணம், அம்மக்களின் மண்தரையின் புழுதியை அடக்குவதோடு, நோய் ஏற்படுத்தவல்ல கிருமிகளை யெல்லாம் கொல்லவும் செய்கிறது சாணம் என நம்புகின்றனர்.

ஆராரோ, ஆரிராரோ - எங்கண்ணே
ஆராரோ, ஆரிராரோ
வெள்ளி செவ்வாய் தரைமொழுகி
அடுப்பு மொழுகி
அரும்பரும்பாக் கோலமிட்டு
ஆண்டவனைக் கும்பிடம்மா

கொங்கு நாட்டுப் பெண்கள் ஆண் குழந்தையை வீரத்தின் விளைநிலமாகவும் பெண் குழந்தை குடும்பத்தைப் பேணிக்காக்கும் அன்பின் அடையாளமாகவும் போற்றுகின்றனர். சுகாதாரத்தையும், இறை நம்பிக்கையையும் சிறுவயதிலிருந்தே வளர்ப்பதாக அமைந்த இத் தாலாட்டு பெண்ணின் பண்புகள் குறித்து சொல்லித்தருவதாக அமைகிறது.

மேலும், வீட்டின் வாசலிலும் வீட்டின் உட்புறத்திலும் கோலமிடும் பழக்கம் காணப்படுகிறது. இப்பழக்கம் தமிழர்களிடம் மட்டுமே காணப்படும் தனித்தன்மை நிறைந்த பழக்கமாகும். கோலமிடுதல் மகிழ்ச்சியின் அறிகுறியாகவும், மங்கலத்தின் குறியீடாகவும் கருதப்படுகின்றது.

பஞ்சாங்கம் பார்க்கும் பழக்கம்

மக்கள் தங்களுக்கு ஏற்படும் நன்மை தீமைகளுக்கெல்லாம் தாங்கள் பிறக்கும் பொழுதே தங்கள் தலையில் பிரம்மன் எழுதிவைத்தது தான் காரணம் என்று நம்புகின்றனர். நல்ல நாள், நல்ல பொழுது

ஆகியவற்றை அறிவதற்குப் பஞ்சாங்கம் பார்த்தலை நாட்டுப்புற மக்கள் வழக்கமாகக் கொண்டிருந்தனர். கணிதத்தை அடிப்படையாகக் கொண்டது பஞ்சாங்கம். இப்பழக்கம் அனைத்து இன மக்களிடையேயும் காணப்படுகின்றது. பெரும்பாலும் பிறப்பு, இறப்பு, பூப்பு என்ற மூன்று நிகழ்ச்சிகள் நடைபெறும் பொழுது பஞ்சாங்கம் பார்க்கும் பழக்கத்தை வழக்கமாகக் கொண்டிருந்தனர். ஒருவன் பிறக்கும் நேரத்தைக் கணித்து தான் சாதகம் எழுதுவர். இந்தச் சாதகத்தைக் கொண்டு எதிர்காலத்தில் ஏற்படும் பலன்களை அறிகின்றனர். நாட்டுப்புற மக்கள் பஞ்சாங்கம் பார்ப்பதை பழக்கமாகக் கொண்டுள்ளனர்.

ஆராரோ, ஆரிராரோ - எங்கண்ணே
ஆராரோ, ஆரிராரோ
பஞ்சுமெத்தை மேலிருந்து
பஞ்சாங்கம் பார்க்கையிலே
ஆண்ட வந்தவன் என்று சொல்லி எழுதினார்
ஆயுசு நூறு என்று சொல்லி வாசித்தார்.

என தன் குழந்தையின் எதிர்காலத்தை தாலாட்டில் பதிவுசெய்கிறாள்.

கொங்கு வட்டார நாட்டுபுற மக்களின் தாலாட்டுப் பாடல்களின் வாயிலாக அம்மக்களின் பழக்கவழக்கங்களை நாம் அறிந்துகொள்ள முடிகிறது. பழக்கவழக்கங்கள் ஒரு சமூதாயத்தின் பண்பாட்டினை வரையறை செய்யும் முக்கியமான காரணியாகும். கொங்கு நாட்டு தாலாட்டுப் பாடல்களில் காணக்கிடக்கும் பழக்கவழக்கங்களும் இவ்வுண்மையை உறுதிசெய்வதாக இருக்கிறது. இம்மக்களின் பழக்க வழக்கங்களே வாழ்க்கையாகி உயிர்ப்புடன் இயங்குகிறது எனலாம்.

தாலாட்டுப் பாடல்கள் சுட்டிக்காட்டும் பழக்கவழக்கங்கள் மனிதனின் நெடுநாள் பண்பாட்டு வளர்ச்சியைப் பிரதிபலிக்கும் தன்மை நிறைந்தவைகளாகும். தாலாட்டுப் பாடல்களில் காணப்படும் பழக்கவழக்கங்கள் அவர்கள் வாழ்க்கை முறைகளையும், உறவுமுறைகளையும், சுகாதாரத்தையும் பதிவுசெய்து வைத்திருக்கும் அறிவுக்களஞ்சியமாகத் திகழ்கின்றன. பொதுவாகச் சொல்வதென்றால் பழக்கவழக்கங்களே மனிதனை முழுமையாக அறிந்துகொள்ள உதவுகின்றன.

5. கொங்குப் பண்பாட்டு நம்பிக்கைகள்

நம்பிக்கைகள் என்பன உலகில் உள்ள அனைத்து மக்களிடையேயும் நிலவி வருகின்ற ஒன்றாகும். ஆனால் அவை குறிப்பாக நாட்டுப்புற மக்களிடம் ஏராளமாகக் காணப்படுகின்றன. நம்பிக்கைகள் அனைத்தும் மக்களால் மக்களுக்காக உருவாக்கப்பட்ட ஒன்றாகும். மரபுவழியாக நம்பிக்கைகள் பின்பற்றப்படுகின்றன. சில நம்பிக்கைகள் மக்களால் நன்கு உணரப்பட்ட பிறகுதான் மரபு வழியாகப் பின்பற்றப்படுகின்றன. நாட்டுப்புறவியல் முக்கியமாக நாகரிகம் வளராத, கல்லாத மக்கள், நாகரிகம் பெற்ற சமுதாயத்தில் உள்ள பொதுமக்கள் ஆகியோரின் நம்பிக்கைகள், பழக்கவழக்கங்கள், சகுனங்கள், பழமொழிகள், விடுகதைகள் இன்னும் மற்ற எல்லா பழக்கங்களையும் கொண்டதாகும் என்றும் நாட்டுப்புறவியல் நம்பிக்கை நாட்டுப் புறவியலின்; அடிப்படைப் பொதுக் கூறு என்றும் அறிஞர்கள் கூறுகின்றனர்.

நம்பிக்கைகளின் தோற்றம் பற்றி பின்வருமாறு க.காந்தி குறிப்பிடுகின்றார். நம்பிக்கைகள் என்று உருவாகின என்று திட்டவட்டமாகக் கூற முடியாது. மனிதன் இயற்கையின் பாதிப்புக்கு மிகுதியாக உட்பட்டிருந்த அறிவு வளர்ச்சியின் தொடக்க காலத்தில் அவை தோன்றின எனலாம். இன்றைய நாகரிக மனிதனிடம் காணப்படும் பல நம்பிக்கைகள் நாகரிகமற்ற பழங்குடி மக்களிடமும் காணப்படுகின்றன. எனவே, ஒரு நம்பிக்கை என்று தோன்றியது என்று வரையறுப்பது இயலாத ஒன்றாகும். அவை பெரும்பாலும் நாகரிகம் தோன்றாத காலப்பகுதியில் வாழ்ந்த மக்களிடம் தோன்றி நிலை பெற்றுவருவனவாகக் கருதலாம்.

நம்பிக்கைகள் பழக்கவழக்கங்களோடு மிகத் தொடர்பு வாய்ந்தவையாக இருப்பதைக் காணலாம். நாட்டுப்புறவியல் கூறுகளில் முக்கியமான பங்குபெறுவது மக்களின் மனத்தில் ஊறிக்கிடக்கும் நம்பிக்கைகள். வாழ்வில் நமக்கு ஏற்படும் பலவேறு அனுபவங்களினால் இவற்றைச் செய்தல் தகும். இவற்றைச் செய்தல் தகாது என்று பழங்காலத்திற்கு முன்னர் பிரித்துவைத்த செய்திகள் எல்லாமும் காலப்போக்கில் காரணமறியாமலே நம்பிக்கைகளாகவும், பழக்கவழக்கங்களாகவும் மாறுகின்றன என்கிறார்.

சமயத்தில் நாட்டுப்புறவியலில் இலக்கியத்தில் விதி பற்றிய நம்பிக்கைகள் என்ற தலைப்பில் பல அறிஞர்களும், மரபுவழியிலும் நாட்டுப்புற இலக்கியத்திலும் தேவதைகள் பற்றிய நம்பிக்கைகள் என்ற தலைப்பில் ப்ரிக்ஸ் என்பாரும். கருத்தரித்தல். குழந்தைப்பேறு பற்றிய நம்பிக்கைகள் என்ற தலைப்பில் ஆந்திர அறிஞர் ஒருவரும் ஆராய்ந்துள்ளனர். இவற்றைத் தொடர்ந்து இன்றும் நம்பிக்கைகள் மீதான ஆய்வுகள் வெளிவந்தவண்ணம் உள்ளன. இவ்வாய்வுகளை யெல்லாம் பார்க்கும் பொழுது நம்பிக்கைகளுக்கும் பழக்கவழக்கங் களுக்கும் மிக நெருங்கிய தொடர்பு உள்ளது என்பதை நாம் அறியலாம். நாட்டுப்புறவியலில் முக்கியமான பங்கைப் பெறுவது மக்களின் மனத்தில் ஊன்றிக் கிடக்கும் நம்பிக்கைகள் ஆகும்.

திருமணமாகாத பெண் ஒருத்தி வெற்றிலை போட்டு அவள் வாய் சிவந்தால் நல்ல கணவன் கிடைப்பான் என்று நம்புகின்றனர். திருமணமான பெண் வெற்றிலை போட்டு அவள் வாய் சிவந்தால் கணவன் அவளிடம் அன்பாக இருப்பான் என்பது நம்பிக்கையும். விருந்திற்குச் செல்லும்போது விருந்து முடிந்த பின் வெற்றிலை தருவார்கள். இந்த வெற்றிலை போட்டு வாய் சிவந்தால் விருந்தளித்த உறவினர்கள் மிகவும் பாசமாக இருப்பார்கள் போன்ற நம்பிக்கைகளும் நாட்டுப்புற மக்களிடையே காணப்படுகின்றன.

காரணகாரியத்தோடும் சான்றுகளோடும் விளக்க முடிவதை நம்பிக்கை என்றும் அவ்வாறு விளக்க முடியாதவற்றை மூடநம்பிக்கை என்றும் வகைப்படுத்துகின்றனர். சு.சக்திவேல், நம்பிக்கைகள் ஒரு மனிதன் பிறப்பு முதல் இறப்பு வரை இடம்பெறுகிறது. பண்டைக் காலம் தொட்டே நம்பிக்கைகள் மனிதரிடையே பரவிவருவதை அறியலாம். கூகை அலறினால் சாவு வரும் இதனைப் புறநானூறு நமக்குக் காட்டுகிறது.

'அஞ்சுவரு குரா அல் குரலுந் தூற்றம்' (புறம் 280)

பல்லி சொல்லுதல் அல்லது பல்லி சயனம் சொல்லுதல் என்பது ஒரு வித நம்பிக்கை ஆகும். பல்லி இடது புறம் சொல்லுதல் நல்ல நிமித்தத்திற்கு அறிகுறியாகும் என்று மக்கள் சங்க காலத்திலேயே நம்பினர். அதிகமாக பல்லி சயனம் சொல்வது படுக்கையறையில் தான். சயனம் என்றால் உறக்கம். படுக்கை என்று பொருள்படும். அகநானூற்றுப் பாடலில் 'பல்லி சயனம் சொல்லுதல்' இடம் பெற்றுள்ளதைக் கீழே காணலாம்.

'பகுவாய்ப் பல்லி படுதோறும் பரவி
நல்ல கூறென நடுக்கிப்
புல்லென் மாலையொடு பொருங்கொ நானே' (அக-289)

இந்நம்பிக்கையைப் போலவே மற்றொரு நம்பிக்கையையும் காணலாம். ஒரு தாய்க்கு முதல் குழந்தையும் இரண்டாவது குழந்தையும் பிறந்து இறந்துவிட்டால் பிறக்கும் மூன்றாவது குழந்தைக்கு மூக்கு குத்திப் பெயர் சூட்டுவர். இவ்வாறு பிறந்தவுடன் மூக்கு குத்துவதால் மூன்றாவது குழந்தை தங்கும் என்ற நம்பிக்கையை நாட்டுப்புற மக்களிடையே காணலாம். அக்குழந்தைக்கு மூக்கன், மூக்காயி, மூக்கம்மாள் என்று பெயரிடுவதைக் காணலாம். மேலும்

தங்காத புள்ள
தடகளட்டி வருது
தாயே கதவைத் துறமா

மூக்கு குத்திய பெண்ணுக்குத் திருமணம் செய்யும் பொழுது திருமணத்திற்கு ஒரு நாளிற்கு முன் அப்பெண்ணை ஆண் போல் வேட்டி கட்டி சட்டை போட்டு, தலப்பாகை கட்டி, கையில் அரிவாளைக் கொடுத்து முச்சந்தியில் கட்டிவைக்கப்பட்ட வாழை மரத்திற்கு அப்பெண்ணைக் கூட்டிக்கொண்டு செல்வர். பிறகு அவள் மூக்கில் இருக்கும் தடையைக் கழற்றி வாழை மரத்திற்குக் குத்திவிட்டு மரத்தை வெட்டிவிட்டு திரும்பிப் பார்க்காமல் வீட்டிற்கு வந்து மேற்காணும் பாடலைக் கூறுவர். வீட்டிற்குள் இருக்கும் தாயானவள் கதவைத் திறப்பாள். அவ்வாறு செய்தால் அப்பெண்மணிக்கு இனிமேலும் தீங்கேதும் விளையாது என்ற நம்பிக்கை சில நாட்டுப்புற மக்களிடையே காணப்படுகின்றன.

இவ்வாறு பல நம்பிக்கைகள் கொங்கு வட்டாரத் தாலாட்டுப் பாடல்களிலும் காணப்படுகின்றன. நம்பிக்கைகள் மக்கள் வாழ்வோடு பின்னிப் பிணைந்தவையாக இருக்கின்றன.

இறை நம்பிக்கை

சமயம் என்பது புனிதமான ஒன்றைப் பற்றிய நம்பிக்கைகளும் செயல்முறைகளும் அடங்கிய ஓர் ஒழுங்கமைந்த முறையாகும் என்பார் எமிலி தர்கைம். சமுதாயத்தின் மிக முக்கியமான நம்பிக்கையாகத் திகழ்வது கடவுளாகும். கடவுளை, தெய்வம், இறைவன், இறை, சாமி என்று பல சொற்களால் அழைப்பர். தாலாட்டில் காணப்பெறும் பெரும்பாலான நம்பிக்கைகள் இறையுணர்வை அடியாகக் கொண்டு பிறந்தனவாக உள்ளன. குழந்தை வரம் வேண்டி நிற்கும் நிலையைப் பாடல்கள் பலவிதமாகக் கூறுகின்றன.

கொங்கு நாட்டு மக்கள் குழுந்தையின் எதிர் காலத்தைக் கருதியும் குழுந்தையின் உடல் நலன் கருதியும் இறைவனுக்கு பூசை

செய்கின்றனர். குழந்தை இல்லாதவர்கள் குழந்தை வரம் வேண்டி பால்பூசை செய்யும் நம்பிக்கையையும் பாடல்களில் அறியக் கிடைக்கிறது.

ஆராரோ, ஆரிராரோ - எங்கண்ணே
ஆராரோ, ஆரிராரோ
சென்னிமலை. சிவன் மலை - எங்கண்ணே உனக்கு
சிவ பூசை செஞ்சுவர்றேன்.
பச்சைமலை பவள மலை - எங்கண்ணே உனக்கு
பால் பூசை செஞ்சுவர்றேன்.

குழந்தை வேண்டி தவம் செய்தால் குழந்தை பிறக்கும் என்ற நம்பிக்கையையும் பாடல் விளக்குகிறது.

ஆராரோ, ஆரிராரோ - எங்கண்ணே
ஆராரோ, ஆரிராரோ
கண்ணுமணி, பொண்ணுமணி - எங்கப்பா
கந்தரோட, தங்கமணி
எந்தங்கமணி வேணுமுன்னு - எஞ்சாமி உனக்கு
வேண்டி தவம் செய்து வந்தேன்.

மாரி, காளி மீதான நம்பிக்கை

தமிழரிடமிருந்து தோன்றிய மிகத் தொன்மையான வழிபாடு மாரியம்மன் வழிபாடாகும். தாய்த் தெய்வ வழிபாட்டின் அம்சமே மாரி வழிபாடு. கண்ணகிதான் மாரியாக உருப்பெற்றுவிட்டாள் எனப் பழங்காலத்திலேயே நம்பிக்கை கொண்டனர். அத்தாய்த் தெய்வ வழிபாட்டில் கிடைத்த பரிசு, குழந்தை. அந்தப் பரிசில் கிடைத்த வைரமே மழலை. குழந்தை என்னும் வாடாத பூ மாரியம்மன் தந்ததாகப் பாடும் பாடல் உள்ள தாலாட்டு.

ஆராரோ, ஆரிராரோ - எங்கண்ணே
ஆராரோ, ஆரிராரோ
பூ தந்தா வாடுமுன்னு - தேவி
புள்ளை தந்தாள் தாலாட்ட
மாலை தந்தாள் வாடுமுன்னு - மாரி
மழலை தந்தா தாலாட்ட.

குழந்தைகள் தூங்கிக்கொண்டிருக்கும் பொழுது திடீரென்று அழும். அவ்வாறு அழும் குழந்தையைப் பேய், பிசாசு, காத்து, கருப்பு அண்டாமல் காக்கும்படி காளி, மாரி, தேவி போன்ற தெய்வங்களை வேண்டுகிறாள். குழந்தைக்கும் இறை நம்பிக்கையை ஊட்டுகிறாள்

ஆராரோ, ஆரிராரோ - எங்கண்ணே
ஆராரோ, ஆரிராரோ
கண்ணே நீ அழ வேண்டாம் - உனக்கு
காளியம்மன் துணையுண்டு
மானே நீ மயங்க வேண்டாம் - உனக்கு
மாரியம்மன் துணையுண்டு.

குழந்தைக்கு இறைவனை வழிபடும் முறையைப் பற்றிச் சொல்வதாக அமைந்துள்ளது. சிறு வயதிலிருந்தே இறைவனை வழிபடும் பழக்கம் குழந்தைகளுக்கு வர வேண்டும் என நாட்டுப்புற மக்கள் விரும்புவதைக் காணலாம்.

அம்மனை கும்பிடும்மா - உன்
அன்பு சிறு கையாலே
தாயாரைக் கும்பிடும்மா - உன்
தங்கச் சிறு கையாலே.

மற்றொரு பாடலில்

ஆராரோ, ஆரிராரோ - எங்கண்ணே
ஆராரோ, ஆரிராரோ
தென்பாண்டிச் சீமையிலே
தேரோடும் வீதியிலே
மீனாட்சியின் அரசாங்கம் - அன்னை
மீனாட்சியின் அரசாங்கம்
அன்னையவள் காத்திடுவாள்
அன்புடனே அரவணைப்பாள்
தென்னவனே நீ உறங்கு
மன்னவனே நீ உறங்கு.

கொங்கு நாட்டு மக்களுக்கு பெண் தெய்வத்தின் மீது அதிகப் பற்று இருப்பதை உணர முடிகிறது. மேலும், தன்னுடைய குழந்தையைத் தென்னவனாகவும் மன்னவனாகவும் வரவேண்டும் என அவர்கள் ஆசைப்படுவதையும் காட்டுகிறது. அன்னையவள் காத்திடுவாள் என்ற வரி குழந்தைகளை நன்றாகக் கவனிக்கும் பொறுப்பைத் தாய் மட்டுமே செய்கிறாள் என்பதையும் உணர்த்துகிறது. சிவனின் சரி பாதியாக வீற்றிருக்கும் உமையம்மை மதுரையை ஆட்சி செய்கிறாள் என்ற வரலாற்றுச் செய்தி தாலாட்டில் பதிவாகியுள்ளது.

வேண்டுதல் மீதான நம்பிக்கை

வேண்டுதல் என்பது 'பிராத்தனை,' 'நேர்த்திக்கடன்,' போன்ற பெயர்களிலும் அழைக்கப்படுகின்றது. தான் நினைத்த காரியம்

நிறைவேற்றினால் இன்னது தருவேன் என்று தெய்வத்தை வேண்டிக் கொள்ளும் வழக்கம் நாட்டுப்புற மக்களிடையே காணப்படுகிறது. இவ்வாறு வேண்டுதல் செய்வதைத் தொல்காப்பியர் "தெய்வக்கம்" என்று குறிப்பிடுவார். தனக்குக் குழந்தை பிறந்தால் காவடி எடுத்தல், கரகம் எடுத்தல், பூ மிதித்தல், உயிர்ப்பலி கொடுத்தல் போன்றவைகளை நாட்டுப்புற மக்கள் நம்பிக்கையாகக் கொண்டுள்ளனர்.

பெறுமவற்றுள் யாமறிவது இல்லை அறிவறிந்த
மக்கட்பேறு அல்ல

என்ற திருவள்ளுவரின் குறளுக்கு ஏற்ப பிள்ளைப் பேறு பெற்றவர்கள் தான் பேறு பெற்றவர்களாகக் கருதப்படுகின்றனர். எனவே, குழந்தை வரம் வேண்டி இறைவனை வணங்குகின்றனர். நோன்பிருத்தல், புனித நீராடுதல், கோயிலில் தொட்டில் கட்டுதல், காணிக்கை செலுத்துதல், தானம் செய்தல், குளம் வெட்டுதல். கோயில் கட்டுதல் போன்ற நற்காரியங்களைச் செய்தால் குழந்தை இல்லாதவர்களுக்கு இறைவனின் கருணையால் குழந்தை பிறக்கும் என்றும், இச்செயல்களை முருகனுக்குப் புனித நாளான வெள்ளி, செவ்வாய், திங்கள் போன்ற தினங்களில் விரதம் இருந்து செய்துவந்தால் அதன் பயனாகக் குழந்தைப் பேறு கிடைக்கும் என கொங்கு நாட்டு மக்கள் நம்புகின்றனர்.

    ஆராரோ, ஆரிராரோ - எங்கண்ணே
    ஆராரோ, ஆரிராரோ
    வெள்ளிக் கிழமை விரதமிருந்து
    வெகு நாளா தவமிருந்து
    வெந்த மாவு தின்னா
    வெரதம் கலையுமுன்னு
    பல நாள் தவமிருந்து
    பாலகனைப் பெத்தெடுத்தேன்.
    திங்கட் கிழமை விரதமிருந்து
    திருச்செந்தூர் சென்று வந்து
    தவித்து வருபவர்களுக்குத்
    தண்ணீர் பந்தல் வைத்தேனே
    பசித்து வருபவர்களுக்குப்
    பாலமுதம் செய்து வைத்தேனே
    தம்பி உன்னைத் தந்தாரே
    தங்க வேல் பெருமானே.

குழந்தை இல்லாதவர்கள் குழந்தை வேண்டி விரதமிருந்து திருச்செந்தூர் சென்றுவந்தால் முருகன் அருளால் குழந்தை பிறக்கும்;

என்று நம்புகின்றனர். உடலை வருத்திக்கொண்டு விரதமிருத்தல், இறைவனுக்கு பூமாலை தொடுத்தல், பல திருத்தலங்களுக்குச் சென்று இறைவனை நினைத்து வழிபடுதல், சுவையில்லாமல், உப்பில்லாத உணவை உட்கொள்ளுதல் போன்ற செயல்களினால் குழந்தைச் செல்வம் கிடைக்கும் என நாட்டுப்புற மக்கள் நம்புகின்றனர். இறைவன் மீது நம்பிக்கை வைத்து, அவர்கள் வேண்டுவதை இறைவன் தரவேண்டும் என்பது போல கொங்கு நாட்டு மக்களின் வழிபாடுகள் காணப்படுகின்றன. பகுத்தறிவிற்கு எட்டாததும் செயலறிவிற்கு உட்படாததுமான ஓர் உலகத்துடன் தொடர்புகொள்ள மக்கள் ஏற்படுத்திக்கொண்ட முறையே இறைநம்பிக்கை. இந்நம்பிக்கையின் வழியாகவே வாழ்க்கையைத் திருப்திபடுத்திக் கொள்கின்றனர்.

காவடி எடுத்தல்

காவடி என்றால் தோள்சுமை என்று பொருள்படும். காவடிக்கு பெயர்போன தெய்வம் முருகன். முருகனின் வழிபாட்டு மரபில் தோன்றியதே காவடி ஆட்டம் ஆகும். காவடி எடுத்தால் முருகனின் அருள் கிடைக்கும் என்று நம் முன்னோர்கள் நம்பினர். இடும்பன், சிவகிரிமலை, சுந்திரகிரி மலை என்ற மலைகளைக் காவடி போல் தூக்கி வந்தான். இவ்வாறு காவடி தூக்கி வரும் அடியார்க்கு வேண்டிய அருள் புரிய வேண்டும் என இடும்பன் கேட்டுக்கொண்டான். இக்காரணத்தை முன்னிட்டே காவடி எடுக்கும் நம்பிக்கை நாட்டுப்புற மக்களிடையே இடம்பெற்றது. காவடி குறுந்தடியால் செய்யப்பட்டு வளைந்த வடிவில் இருக்கும். காவடியின் இரு புறங்களிலும் பால் குடம். திருநீறு குடம், அபிஷேக குடம், பன்னீர்க் குடம் போன்ற குடங்களில் பல பொருட்கள் இருக்கும். இறைவனின் சந்நிதியை அடைந்தவுடன் இப்பொருட்களால் முருகனுக்கு பூசை செய்வர். அவரவரின் வேண்டுதலுக்கு ஏற்ப குடத்தில் பொருட்கள் இருக்கும். குழந்தை வரம் வேண்டி தாய் ஒருத்தி காவடி எடுப்பதைத் தாலாட்டுப் பாடலில் காணலாம்.

ஆராரோ, ஆரிராரோ - எங்கண்ணே
ஆராரோ, ஆரிராரோ
காவடியால் ஆடி வந்தார்
தேவரடியாள் பாடி வந்தார்
பால் காவடி வருகுதுன்னு - எனக்கு
பாலகனைத் தருவாயோ
பன்னீர் காவடி வருகுதுன்னு - எனக்கு
பசுங்கிளியைத் தருவாயோ

இப்பாடலில் வரும் தேவரடியாள் என்ற சொல்லை ஆராயும் பொழுது பண்டைக் காலத்தில் ஒரு பெண்ணைப் பொட்டுக்கட்டி கோவிலுக்கு பணிவிடை செய்யக் கொடுப்பது பழக்கம். இப்பெண்கள் கோவில்களில் இறைவனுக்கு சேவை செய்வார்கள். இவர்கள் தேவரடியார் என அழைக்கப் பெறுவர். இறைவன் வீதியில் உலா வரும்போது சப்பரத்திற்கு முன்னால் இத்தேவரடியார்கள் ஆடிப்பாடி வருவர். இவ்வாறு காவடிக்கு முன்னால் தேவரடியார்கள் ஆடிவருவது பண்டைக் காலத்தில் வழக்கில் இருந்தது. இவர்கள் ஆடும் ஆட்டத்திற்கு சதுராட்டம் என்று பெயர்.

மொரீஷிஸ் தமிழர்களிடையேகூட தைப்பூசம், சித்ரா, பௌர்ணமி, ஆடிக்கிருத்திகை. வைகாசி விசாகம் போன்ற விழாக் காலங்களில் காவடி எடுக்கும் வழக்கம் காணப்படுகிறது. மொரீஷிஸ் தமிழர் பண்பாட்டையே "காவடிப் பண்பாடு" என்றும் குறிப்பிடுவர்.

நாட்டுப்புற மக்கள் பெரும்பாலும் பழனிமலை முருகனுக்கே காவடி எடுத்துக்கொண்டு நடந்து செல்கின்றனர். ஏனெனில் பழனியில் உள்ள முருகன் சிலை நவபாசாணம் என்ற மூலிகையால் ஆனது. எனவே, இவர்கள் கொண்டுசெல்லும் அபிசேகப் பொருட்களை முருகனுக்குச் செலுத்தி அதைத் தாமும் குடித்தால் உடலில் உள்ள நோய் நீங்கும் என்று நம்புகின்றனர்.

கரகம் எடுக்கும் நம்பிக்கை

கரக ஆட்டம் மாரியம்மனுக்கு மிகவும் சிறப்புப் பெற்ற ஒன்றாகும். பேராசிரியர் கரகம் என்பதற்குக் "குண்டிகை" எனப் பொருள் தருகிறார். ஒரு மண் சட்டியில் நெருப்பை வைத்து அதைக் கையிலேயும். அல்லது தலையிலேயும் ஆற்றிலிருந்து சுமந்துகொண்டு ஈரத்துணியுடன் ஆடியபடியே கோயிலுக்கு வருவர். நெருப்பு அணையாமல் இருப்பதற்கு எண்ணெய் அல்லது கற்பூரங்களை வைத்துக்கொண்டே செல்வர். வேப்பிலையால் மண் சட்டியைப் பிடித்துக்கொள்வர். இதனைக் கரகம் எடுத்தல் என்று அழைப்பர். முற்காலத்தில் தலையில் வைத்துக்கொண்டு சென்றனர். பிறகு அது காலப்போக்கில் மறைந்து கையில் எடுக்கும் பழக்கத்தைக் கடைப்பிடித்தனர். இறைவனை நினைத்து செய்யும் வேண்டுதல் களினால் வேண்டிய வரம் கிடைக்கும் என்று நாட்டுப்புற மக்கள் நம்புகின்றனர்.

கரகம் எடுத்து ஆடிவந்தேன் - அம்மா
கண்ணுக்கொரு கண்மணியைக் கொடு

என்ற பாடல் குழந்தை வரம் வேண்டி இறைவனிடம் வேண்டுதல் வைப்பதைக் காட்டுகிறது.

குழந்தையின் பிறப்பு தொடர்பான நம்பிக்கைகள்

குழந்தை பிறக்கும் நேரம், குழந்தை கருவில் இருக்கும் அமைப்பு போன்றவற்றில் மிகுந்த நம்பிக்கை கொண்டுள்ளனர். குழந்தை தொப்புள் கொடியால் உடம்பைச் சுற்றிப் பிறந்தால் 'மாலை சுற்றிப் பிறத்தல்' என அழைக்கின்றனர். இவ்வாறு மாலை சுற்றிப் பிறக்கும் குழந்தைகள் மாமனுக்கு ஆகாது என்பது இந்நாட்டுப்புற மக்களின் நம்பிக்கையாகும். எனவே, குழந்தையின் தோஷம் நீங்குவதற்கு எண்ணெய்ச்சட்டியில் எண்ணெய் ஊற்றி அதில் குழந்தையின் முகம் தெரியக் காட்டிவிட்டு அதில் மாமனை அழைத்து குழந்தையின் முகத்தைப் பார்க்கச் சொல்வர். அதற்கு முன்னால் மாமன் குழந்தையைப் பார்க்கக்கூடாது என்று கூறுகின்றனர்.

ஆராரோ, ஆரிராரோ - எங்கண்ணே
ஆராரோ, ஆரிராரோ
கொடி சுற்றிப் பிறந்தால்
கூடப் பிறந்தாளுக்கு ஆகாதுன்னு
மாலை சுத்திப் பிறந்தால்
மாமனுக்கு ஆகாதுன்னு - உன்
மாதா வயிற்றிலே
மாசேதும் வாராமல்
மன்னவனே நீ பிறந்தாயோ.

என்ற பாடலின் அடிப்படையில் அமைந்த ஒரு பழமொழியை இன்றும் நாம் வழக்கத்தில் காணலாம். 'கொடி சுற்றிப் பிறந்தால் கோத்திரத்திற்கு ஆகாது மாலை சுற்றிப் பிறந்தால் மாமனுக்கு ஆகாது' என்பதாகும்.

குழந்தைக்குப் பெயர் சூட்டும் நம்பிக்கை

குழந்தை பிறந்து முப்பது நாட்கள் ஆன பிறகு குழந்தைக்குப் பெயர் சூட்டும் பழக்கத்தை நம்பிக்கையாகக் கொண்டிருந்தனர். பெயர் சூட்டாமல் இருக்கும் குழந்தை அழுதுகொண்டே இருக்கும் என நம்பினர். எனவே, புரோகிதரை வரச்செய்து பெற்றோர் மடியில் குழந்தையை அமரச்செய்து கடவுளுக்கு பூசை செய்வர். பிறகு குழந்தையின் தாய்மாமன் போன்ற உறவினர்கள் குழந்தைக்கு காப்பு, சங்கிலிகள் போட்டுக் குழந்தையை ஆசீர்வாதம் செய்வர் குழந்தைக்கு தேர்ந்தெடுத்து வைக்கப்பட்ட பெயரைப் புரோகிதர் அர்ச்சனை செய்து நெல்லில் குழந்தையின் பெயரைத் தாய், தந்தை மற்றும் உறவினர்களை எழுதச் சொல்லுவார். குழந்தையைத் தாய்மாமன் மடியில் வைத்து மோதிரத்தால் தேனைத் தொட்டுக் குழந்தையின் வாயில் தடவி,

குழந்தையின் பெயரைத் தாய்மாமன் குழந்தையின் காதில் சொல்ல வேண்டும். இவ்வாறு மூன்று முறை அனைவரும் காதில் குழந்தையின் பெயரை ஓதுவர்.

ஆராரோ. ஆரிராரோ
ஆராரோ. ஆரிராரோ
தலைப்பிள்ளை ஆண்பெறுவீர்
தகப்பனார் பெயரிடுவேன்
மறுபிள்ளை பெண் பெறுவீர்
மாதா பெயரிடுவேன்
மாமனுக்கு மணம் முடிப்பேன்
மல்லிகைப்பூ கையாலை
கண்ணான கண்ணுக்கு
பேரு வைக்கப் போறாங்க
பொன்னான மாமனுக்கு
போடுங்க சீட்டெழுதி

என்ற பாடலின் மூலம் பாட்டன் பெயரை ஆண் குழந்தைக்கும், பாட்டி பெயரை பெண் குழந்தைக்கும் வைத்தால் அவர்களைப் போலவே குழந்தையும் சிறப்பாக வாழும் என்னும் நம்பிக்கையை நாட்டுப்புற மக்களிடையே நாம் காணலாம்.

கண்ணேறு களிக்கும் நம்பிக்கை

கண்ணேறு என்பது திருஷ்டியாகும். அதை ஆங்கிலத்தில் Evil eye என்று அழைப்பர். சிலருடைய கண்பார்வைகளுக்குத் தீமை செய்யும் சக்தி உண்டு என்ற நம்பிக்கை காணப்படுகின்றது. இதனைக் கண்ணேறு, கண் திருஷ்டி, கண்ணடி என்று பல பெயர்களில் அழைக்கின்றனர். கண்ணடி பட்டால் குழந்தைக்கு நோய்நொடி வரும் என நம்புகின்றனர். கண்ணடி படுவதால் ஏற்படும் தீய விளைவுகளைத் தடுப்பதற்காகச் சுண்ணாம்பும், மஞ்சளும் கலந்த நீரில் வெற்றிலைக் காம்பைக் கிள்ளிப் போட்டு குழந்தையைக் கிழக்கே பார்த்து உட்கார வைத்து சுற்றுவர். பிறகு அந்நீரை வாசலிலோ முச்சந்தியிலோ ஊற்றி விடுவர். சிலர் மிளகாய் வற்றல், உப்பு ஆகியவற்றைச் சேர்த்து படியில் வைத்து குழந்தையின் தலையை மூன்று முறை சுற்றிப் படியில் உள்ளவைகளை எரியும் அடுப்பில் கொட்டுவர். மிளகாய்க் காரம் இல்லையென்றால் திருஷ்டி அதிகம் உள்ளது என்றும் காரம் இருந்தால் திருஷ்டி குறைவு என்றும் நம்புகின்றனர். கீழ்வரும் பாடல் இவ்வுண்மையை உணர்த்துவதாக அமைந்துள்ளது.

ஆராரோ, ஆரிராரோ - எங்கண்ணே
ஆராரோ, ஆரிராரோ

எங்கண்ணே கண்மணியே
கண் துவண்ட நாயகனே - உன்
கண்ணான கண்ணுக்கு
கண்ணுறக்கம் இல்லையின்னு
சுண்ணாம்பும் செஞ்சிவப்பும்
சுத்தி எறி சூரியருக்கே.

குழந்தையை நீராட்டித் துடைத்த பின் துணியில்லாமல் பார்ப்பதற்கு இளங்குழந்தை அழகாக இருக்கும். அதன் அழகு பார்ப்பவர்களின் கண்களைக் கவரும். ஆதலால் வீட்டின் வாசற்படியில் தாயின் எச்சிலைத் தொட்டு தேய்த்து நெற்றியில் பொட்டு வைத்தால் கண்ணேறு படாது என நம்புகின்றனர். கன்னத்திலும் பெரிய பொட்டு வைத்தால் கண் படாது என நம்புகின்றனர்.

ஆராரோ, ஆரிராரோ - எங்கண்ணே
ஆராரோ, ஆரிராரோ
கரும்பு வெட்டி
கால் நிறுத்தி - எங்கண்ணே உனக்கு
கண்ணடிப்பார் பொட்டுவிட்டு
கரும்பு தளதளக்க - எங்கண்ணே
கரும்பு வளையல் ஓசையிட
கண்ணேறு கவிழ்ந்து விட

மேற்கண்ட பாடலில் குழந்தைக்கு கையில் கருப்பு வளையல்களைப் போட்டு தலைக்குக் குளிப்பாட்டும் நாளில் அக்கை வளையல்களில் ஒன்றைக் கழற்றி ஆலத்தி சுற்றும் தட்டில் போட்டு திருஷ்டி சுற்றி வாசலின் வெளியில் ஊற்றுவதால் கண்ணேறு கழியும் என்ற நம்பிக்கை நாட்டுப்புற மக்களிடையே காணலாம். இந்நம்பிக்கையை ஒட்டிய பழமொழி ஒன்று இன்றும் நடைமுறையில் காணப்படுகிறது. 'சொல்லடிபட்டாலும் கண்ணடி படக்கூடாது' என்பதாகும். இப்பழக்கம் இந்தியாவில் வேறு பகுதிகளிலும் உள்ளது என்று ராய் சௌதுரி என்னும் அறிஞர் கூறுகின்றார். அமெரிக்க ஆய்வாளர் ரிச்சர்ட் டார்சன் என்ற அமெரிக்க ஆய்வாளர் ஒருவர் 'இப்பொழுது பழக்கத்தில் இருப்பது 'பில்லி சூனிய வடிவம்' 'கண்ணேறு கழித்தல்' தான் என்று கூறுவதிலிருந்து உலகெங்கிலும் இந்நம்பிக்கை காணப்படுகிறது என்று அறியலாம்.

உயிர்ப்பலி கொடுக்கும் நம்பிக்கை

பண்டைக் காலத்திலேயே உயிர்ப்பலியிடும் நம்பிக்கை இருந்து வந்தது. பலிகொடுத்து இறைவனை வேண்டுதல் என்பது முக்கியமான கோட்பாடுகளில் ஒன்றாகத் திகழ்ந்தது. உயிர்ப்பலியிடும் சடங்கு தோன்றியதற்கான காரணத்தை வில்டியூரண்ட் பின்வருமாறு விளக்குகிறார்.

பண்டைய மனிதன் நம்மைவிட மிக முழுமையாக நல்ல விளைச்சலை மட்டுமே நம்பி வாழ்ந்திருந்தான். பஞ்சத்திலும் வெள்ளத்திலும் இழப்பதற்குக்கூட அவன் ஏதும் இல்லாதவனாக இருந்தான். இக்காரணத்தினால் தான் எல்லா மதங்களிலும் உயிர்ப்பலி கொடுக்கும் எண்ணம் தோன்றியது. முதலில் மனிதனையும் பிறகு சற்று அறிவு வளர்ந்த காலத்தில் மிருகத்தையும் பூமியின் ஆன்மாவுக்கு பலிகொடுத்தான். நிலத்தில் வடிந்தோடும் இந்த இரத்தம் பூமாதேவியை அபிஷேகம் செய்து மண்ணைச் செழிப்பாக்கும் என்று நம்பினான்.

பூமாதேவிக்கு இரத்த அபிசேகம் செய்வதால் பஞ்சம் வராது. மக்கள் மகிழ்ச்சியாக இருப்பார்கள் என்று நாட்டுப்புற மக்கள் நம்பினர். அது நாளடைவில் சிறு சிறு வேண்டுதல்களுக்கும் பலியிடுதல் என்ற நம்பிக்கையாய் உருவெடுத்தது.

பவானியிலிருந்து சுமார் 22 கிலோ மீட்டர் தொலைவிலுள்ள பூனாச்சிக்கு அருகே உள்ள செம்பிலிச்சாமி என்ற கோயிலில் சித்திரை மாதம் காவுக்குட்டி வெட்டுதல் என்னும் நிகழ்ச்சி இன்றும் நடைபெறுகிறது. சுமார் ஆறாயிரத்துக்கும் மேற்பட்ட கடா குட்டிகள் இறைவனுக்கு காவு கொடுக்கப்படுகிறது. காவு கொடுப்பதினால் இறைவன் நம்மைக் காப்பார் என்றும் வேண்டியது அனைத்தையும் நிறைவேற்றுவார் என்றும் நாட்டுப்புற மக்கள் நம்புகின்றனர்.

இப்பூசைகள் மாரியம்மன், காளியம்மன் கோயில்களிலும் நடைபெறுகிறது.

எட்டாட்டுக் குட்டியாம்
இளைய ஆட்டுக் குட்டியாம்
பொட்டக் குட்டி வெட்டக் கண்டு
பொலம்புனாளா மாரியம்மா

என்ற பாடலின் மூலம் பெண் ஆட்டுக்குட்டியை வெட்டுவதினால் இன உற்பத்தி குறைந்துவிடும் என்றும் பொருளாதாரம் குன்றிவிடும் என்றும் மாரியம்மாள் புலம்புவதாக உள்ளது. எனவேதான்

கடாகுட்டியை இறைவனுக்கு பலி தருகின்றனர் என்ற உண்மை தெரியவருகிறது.

பாம்பு வழிபாட்டால் நம்பிக்கை

பாம்பை வழிபடும் வழக்கம் எல்லா நாட்டுப்புற மக்களிடையேயும் காணப்படுகின்றது. குறிப்பாக நாகப்பாம்பின் வழிபாட்டில் அதிக நம்பிக்கை வைத்திருக்கின்றனர். நாக வழிபாடு இந்திய சமயங்களின் மிகப் பழைய வழிபாடு என்று கிஸ்பர்ட் சிலேட்டர் குறிப்பிடுகிறார். இறைவனின் அவதாரமாகவே பாம்பை எண்ணுகின்றனர்.

பாம்புப் புற்றுக்கு பால் ஊற்றுவதும். முட்டை வைத்து வழிபாடு செய்வதும் மக்கள் மத்தியில் பரவலாகக் காணப்படுகிறது. குழந்தையையும் வீட்டில் உள்ள மற்றவர்களையும் பாம்பு வழிபாடு காக்கும் என்று நம்புகின்றனர். நாமக்கல் மாவட்டம் திருச்செங் கோட்டிலுள்ள நாகப் பாம்பை வழிபட்டால் கைகால் முடக்கு நோய்கள் தீர்ந்துவிடும் என்று மக்கள் நம்புகின்றனர். பாம்பு வழிபாட்டு நம்பிக்கைகள் வெளிநாடுகளிலும் காணப்படுகின்றது.

ஆராரோ, ஆரிராரோ - எங்கண்ணே
ஆராரோ, ஆரிராரோ
நாகங் கொடை புடிக்கோ - எங்கண்ணே உனக்கு
நல்ல பாம்பு தாலாட்டோ
விரியேங் கொடை புடிக்கோ - எங்கண்ணே உனக்கு
வில் அரணை தாலாட்டோ

நாகப் பாம்பே குழந்தைக்கு தாலாட்டு பாடும் என்ற நாட்டுப்புற மக்களின் நம்பிக்கைகளைக் கொங்கு வட்டார தாலாட்டுப் பாடலில் காணலாம்.

சகுனம் பற்றிய நம்பிக்கைகள்

சகுனம் என்பதைப் பழந்தமிழர் நிமித்தம் என்று அழைப்பர். இந்நம்பிக்கைகள் நாடு முழுவதும் காணப்படுகின்றன. நிமித்தம் என்பது வாழ்வில் நிகழவிருக்கும் நன்மை தீமைகளைச் சில குறியீடுகளின் வாயிலாக உணர்த்துவதாகும். நிமித்தங்கள் அனைத்தும் நம்பிக்கைக்கு உட்பட்டவை. மனிதச் செயல்கள் பறவை, விலங்குகளின் இயக்கம், இயற்கை நிகழ்வுகள் ஆகியவற்றை அடிப்படையாகக் கொண்டு சகுனங்கள் பார்க்கப்படுகின்றன என்று க.இந்திரசித்து குறிப்பிடுகின்றார். சகுனம் நல்ல சகுனம். தீய சகுனம் என இரு வகைப்படும்.

வெளியே செல்லும்போது விறகு, எண்ணெய் வண்டிகள், பூனை போன்றவை குறுக்கே வரக்கூடாது என்றும் நம்புகின்றனர்.

எதிர் காலத்தைப் பற்றிய அச்சமும் எதிர்காலத்தைப் பற்றி அறிய விரும்பும் ஆர்வமும் இணைந்தே சகுனங்கள் என்னும் நம்பிக்கை தோன்றுவதற்குக் காரணங்களாக அமைந்தன.

  ஆராரோ, ஆரிராரோ - எங்கண்ணே
  ஆராரோ, ஆரிராரோ
  வால் நீண்ட கருங்குருவி
  வலமிருந்து இடம் போனால்
  கால் நடையாய் சென்றவர்கள்
  கனகதண்டி ஏறுவார்கள்.

  கால் நீண்ட கொக்குருவி
  வலமிருந்து இடம் போனால்
  பொடி நடையாய் போறவர்கள்
  பொன் வண்டி ஏறுவார்கள்

என்ற பாடலின் மூலம் கருங்குருவி வலமிருந்து இடம் போனால் கால் நடையாய் சென்றவர்களும் பல்லக்கில் ஏறிச்செல்லும் காலம் வரும் என நம்புகின்றனர்.

  நம்பிக்கைகள் பெரும்பாலும் அச்சவுணர்வின் அடிப்படையாகத் தோன்றியதாகக் காட்சியளித்தாலும் இயற்கைக்கு அப்பாற்பட்ட செயல்களை உணராத பொழுதும் மனித வாழ்வில் ஏற்படும் சில நிகழ்ச்சிகளுக்குக் காரணம் கற்பிக்க இயலாத பொழுதும் மனித மனமானது சிலவற்றைப் படைத்துக் காரணம் கற்பித்துக்கொள்கிறது. அவைகளே நம்பிக்கைகளாக உருவாகின்றன என்கிறார் டாக்டர் சு.சக்திவேல். இவரே ஒரு சமுதாயத்திடம் காணப்படும் நம்பிக்கைகளைக் கொண்டு அச்சமுதாயத்தினைப் பற்றி அறிய முடிகின்றது. தனி மனித நம்பிக்கை காலப்போக்கில் சமுதாய நம்பிக்கையாக மாற்றம் பெறுவதுண்டு என்கிறார்.

  தாலாட்டில் காணப்படும் நம்பிக்கைகள் மக்களின் பல செயல்களுக்கு முக்கிய அடிப்படைக் காரணமாக அமைகின்றன. தாலாட்டில் காணப்படும் பெரும்பாலான நம்பிக்கைகள் இறை வழிபாட்டின் அடிப்படையில் பிறந்தனவாகவே உள்ளன. குழந்தைப் பேற்றை அடைய பல வழிகள் இருப்பினும் அவையெல்லாமே இறையுணர்வை அடிப்படையாகக் கொண்டு விளங்கும் நம்பிக்கை யாகவே இருப்பதை நாம் காணலாம். இதன் மூலம் இறையுணர்வு என்பது சமுதாயத்தில் சிறப்பிடத்தைப் பெற்றுள்ளதை நாம் அறியலாம். சகுனங்களைப் பற்றிக் கூறும்போது "வேலண்ட" என்னும் அறிஞர் "சகுனங்கள் பாமரமக்களுக்கு மட்டுமல்ல மிக முன்னேற்றம் அடைந்த

நாகரிகமான மக்களுக்கும் உண்டு" என்கிறார். சகுனங்கள் நம்பிக்கையின் அடிப்படையில் பிறந்த ஒன்றாகும். இக்கூற்றை நோக்குங்கால் நம்பிக்கை என்பது நாட்டுப்புற மக்களுக்கு மட்டுமின்றி அனைத்து மக்களுக்கும் பொதுவானவை என்பது உணரக்கூடிய ஒன்றாகும்.

6. கொங்குப் பண்பாட்டுத் தொழில்கள்

மனித இன வரலாற்றில் மனிதன் தன் தேவைகளான உணவு, உடை, உறைவிடம் ஆகியவற்றிற்காக உடல் உழைப்பைத் தர வேண்டியிருந்தது. உணவு எனும்போது வேட்டையாடுவதையே ஆதி மனிதன் முக்கியத் தொழிலாகக் கொண்டிருந்தான். உடை எனும் போது மரப்பட்டைகள் முதல் உடையானது. உறைவிடம் எனும் போது கற்குகைகளும், மரங்களின் மேல் அமைக்கப்பட்ட பரண்களும் அவனது இருப்பிடமானது. இந்தச் செயல் ஒவ்வொன்றிற்கும் அவன் உழைக்க வேண்டியதாயிருந்தது. நாகரிக வளர்ச்சியின் முதல் காலகட்டத்தில் மனிதன் தன் உணவுத் தொழிலுக்காக நிலங்களில் பயிரிட ஆரம்பித்தான். காலப்போக்கில் விவசாயம் அல்லது வேளாண்மை மனிதனின் முதன்மைத் தொழிலானது. 'கொங்கு நாடு ஆவுடைத்து' என்பதற்கு ஏற்ப கொங்கு நாட்டின் பண்பாட்டுத் தொழில் வேளாண்மை என்பதை தாலாட்டுப் பாடல்களில் அறியமுடிகிறது.

தொழில் என்ற சொல்லுக்கு அலுவல், செயல், தன்மை, வினைச்சொல், வேலை என்ற பல பொருட்களைக் கொள்ளலாம். 'வினையே ஆடவர்க்கு உயிரே' என்று பண்டைத் தமிழ் இலக்கியம் தொழிலை உயிராக மதித்துப் போற்றியது. நாட்டுப்புற மக்கள் அவர்களது வாழ்விடம் சார்ந்த பகுதிகளில் நடைபெற்ற தொழில் களையே மையமாகக் கொண்டு வாழ்ந்தனர். இங்கு நாட்டுப்புற மக்களைப் பொறுத்த அளவில் அவர்களுடைய தொழில் என்பது அவர்களது வாழ்வின் மையமாக இருந்தது. நாட்டுப்புற மக்களின் முதன்மைத் தொழில் வேளாண்மை என்பது வெள்ளிடைமலை அவர்கள் செய்கின்ற தொழில்களைப் பார்க்கையில் ஒரு சூழ்நிலை பிணக்கத்தைக் காணமுடியும். வேளாண்மைக்குப் பயன்படக்கூடிய மாடுகளை விற்பனை செய்வது கொங்கு நாட்டின் தொழிலாய் இன்று வரை உள்ளது. அவரவர் பகுதியில் விளைகின்ற அல்லது அந்தப் பொருட்களைக் கொண்டு செய்கின்ற கருவிகளை விற்பனை செய்வதான தொழிலாகவும் இருந்துள்ளது. தொழில் என்பது மனிதனின் வாழ்விற்குத் தேவையான ஒன்று என்ற போதிலும் இது மனிதனின் உடலையும் உள்ளத்தையும் மேம்பாடடையச் செய்கிறது.

கிராமியத் தொழில்கள்

கிராமியத் தொழில்களில் வேளாண்மை, மீன்பிடித்தல், ஆடு மாடு மேய்த்தல், கோழி வளர்ப்பு, சாலை போடுதல், பூப்பறித்தல், வேட்டையாடுதல், செங்கலறுத்தல், கிணறு வெட்டுதல், எண்ணெய் எடுத்தல், வீட்டு வேலைகள், வெல்லம் தயாரித்தல் போன்ற பிற தொழில்களும் கிராமியத் தொழில்களாகக் கருதப்படுகின்றன. இத்தொழில்கள் அனைத்தும் கிராமத்திலேயே தங்கள் ஊருக்குள்ளேயே நடைபெறுவதால் இம்மக்கள் இவ்வேலைகளில் முழு ஈடுபாட்டுடன் ஈடுபடுகின்றனர். பவானி வட்டத்தில் கிராமியத் தொழில்களில் வேளாண்மையே முதன்மை இடத்தைப் பெறுகிறது.

கிராமங்களில் உழவுத் தொழிலையே மையமாகக் கொண்டு மக்கள் தங்கள் வாழ்க்கையை நடத்திவருகின்றனர். அவ்வுழவுத் தொழிலுக்கு உதவியாகக் கருவிகள் செய்ய தச்சர்களும், கொல்லர்களும் தேவைப்படுகின்றனர். ஏனைய தொழில்களான சலவைசெய்தல், முடிதிருத்துதல், பனைமரம் ஏறுதல், செருப்பு தைத்தல் போன்ற தொழில்களை மக்கள் தனித்தனியாக மேற்கொண்டாலும் கிராமத்தைப் பொறுத்த அளவில் இத்தொழிலாளர்கள் பிறரை நம்பியே வாழ்கின்றனர்.

நகரத் தொழில்கள்

நாட்டுப்புற மக்கள் தங்கள் ஊர்களில் செய்யும் வேலைகளுக்குச் சரிவர கூலி கிடைக்காத காரணத்தினால் அருகில் உள்ள நகரங்களுக்குச் சென்று அங்குள்ள தொழில்களைச் செய்வதை வழக்கமாகக் கொண்டிருப்பர். அவ்வகைத் தொழில்களுள் பஞ்சாலைத் தொழில் நாட்டுப்புற மக்களுக்கு வியப்பைத் தருவதாக உள்ளது. ஏனெனில் பலபேர் செய்யும் வேலையை ஒரு இயந்திரம் செய்து முடிப்பதும், ஒரே ஒரு வேலையாளைக் கொண்டு பல வேலைகளைச் செய்வதும் அவர்களின் வியப்புக்குக் காரணமாகின்றன. தோல் பதனிடும் தொழில், ஓட்டுநர் தொழில் போன்றவற்றில் அதிக வருமானம் கிடைக்கும் காரணத்தினால் நாட்டுப்புற மக்கள் நகரங்களுக்குச் சென்று வேலை செய்கின்றனர்.

அரசாங்கத் தொழில்கள்

அரசுத் தொழில்கள் என்றால் கிராம மக்கள் உயர்வான தொழில் என்று எண்ணுவர். அரசு வேலையையும், அரசுப்பணி செய்வோரையும் மரியாதையுடன் நடத்துவார்கள். கல்வி வளர்ச்சியினால் நாட்டுப்புறத்தினரும் அரசுப்பணியைச் செய்து வந்துள்ளனர் என்பது தெரிய வருகிறது. அரசுப் பணி என்பதைக் கிராமத்துப் பேச்சுவழக்கில் சர்க்கார்

உத்தியோகம் என்றும் கூறுவர். அரசாங்கத் தொழில் புரிபவர்களுக்கு அதிகாரங்கள் மிகுதியாக இருப்பதால் அவர்களை அதிகாரிகள் என்றும் குறிப்பிடுவர். இவர்களின் வீட்டில் செல்வச்செழிப்பு உண்டு என்பதையும், வேலைகள் செய்வதற்கு வேலையாட்கள் இருப்பதையும் நாட்டுப்புறப் பாடல்களில் காணலாம். நீதி மன்றத்தில் வாதாடுபவராகத் தன் சகோதரனை நினைத்துப் பெருமையாகத் தாலாட்டுப் பாடல்களில் பாடுகிறாள் ஒரு பெண். குழந்தையின் தந்தையைக் கோவிலாளர் என்றும், கோவில் அதிகாரி என்றும் மகிழ்ச்சியாகக் குறிப்பிடுகிறாள். இதன் மூலம் கால்காசு என்றாலும், கவர்மென்ட் உத்தியோகம் என்ற மக்களின் உணர்வுகள் வெளிப்படுகின்றன. ஜட்ஜ், கவர்னர், தாசில்தார், கணக்குப்பிள்ளை, ஆசிரியர் போன்ற அரசுத் தொழில் செய்பவர் களையும் நாட்டுப்புறப் பாடல்களில் காணலாம்.

கால்நடைகள் விற்கும் தொழில்

கால்நடைகள் அதிகமாக சந்தைகளில் விற்கப்படுகின்றன. கால்நடைகள் மட்டுமில்லாமல் பிற பொருட்களும் சந்தைகளில் விற்கப்படுகின்றன. சந்தைகள் விழாக்காலங்களிலும் கூடுவது உண்டு. அந்தியூரில் மாட்டுச் சந்தையும், கோழிச்சந்தையும், ஆட்டுச்சந்தையும், அதிகமாகக் குதிரைச் சந்தையும் காணப்படுகின்றன. பூதப்பாடியில் பருத்தி சந்தை உள்ளது. சேலத்தில் மாம்பழமும், பொள்ளாச்சியில் தேங்காயும் சந்தையில் விற்கப்படுவதாக நாட்டுப்புறப் பாடல்கள் கூறுகின்றன. இன்றும் இதனைக் காணலாம்.

மதுரையில் ஆண்டுதோறும் மாட்டுச் சந்தை கூடுவதுண்டு. பல ஊர்களில் மாட்டுச் சந்தை இருந்தாலும் மதுரை தான் மாட்டுச் சந்தைக்குப் பெயர் போனது. எனவே, குழந்தையைத் தாலாட்டித் தூங்க வைக்கும் தாலாட்டுப் பாடல்களில் மாட்டுச் சந்தையும், மாடு வாங்குவதும், விற்பதும் பற்றி கூறப்படுகிறது. மதுரை வரை சென்று நாட்டுப்புற மக்கள் மாடுகளை வாங்கவும், விற்கவுமான தொழிலை மேற்கொண்டுள்ளனர் என்பதைக் கீழ்வரும் பாடலில் காணலாம்.

ஆராரோ, ஆரிராரோ - எங்கண்ணே
ஆராரோ, ஆரிராரோ
மானா மதுரையிலே எங்கண்ணே - நீ
மாடு விற்கும் சந்தையிலே
மாட்டு விலை கூற வந்தா
மந்திரியா உன் தகப்பன்.

என்னும் பாடலின் மூலம் பவானி வட்டத்தைச் சுற்றியுள்ள மக்கள் மாடுகளை வளர்க்கும் தொழிலையும், அம்மாடுகளை ஓட்டிச்சென்று

சந்தைகளில் விற்று இலாபம் அடையும் உத்தியையும் கையாண்டுள்ளனர். மாடுகளிலிருந்து பால் விற்பனை செய்வதும், வேலைக்குப் பயன்படும் மாடுகளை விற்பனை செய்வதன் மூலம் நாட்டுப்புற மக்கள் தங்கள் வாழ்வை வளமாக்கிக்கொண்டுள்ளனர். மாடுகளைக் குறிப்பாக பசுக்களைச் செல்வம் தரக்கூடியது என்ற பொருளில் இலட்சுமி எனப் பெயரிட்டு அழைத்தனர். அதனால்தானோ என்னவோ மணப்பெண்ணைக்கூட மாட்டுப் பெண் என்று அழைக்கின்றனர். மந்திரியா உன் தகப்பன் என்பதிலிருந்து மந்திரி போன்ற பெரிய பதவிகளின் மேல் நாட்டுப்புற மக்களுக்கு உள்ள நாட்டத்தையும், ஆசையையும் அறிய முடிகிறது. விலைக்கு விற்கப்படும் மாடுகள் நன்கு வளர அவைகளை மலைகளுக்கு ஓட்டிச் செல்வர். மாடுகளை மேய்க்க கருவேலங்காடுகளும், புல்வெளிகளும், புதர்கள் அதிகமாக இருக்கும் மலைப்பகுதிகளும் சிறப்புக்குரியனவாகக் கருதப்படுகின்றன. ஆளில்லாத காடுகளில் மாடுகள் அமைதியாக மேய்கின்றன.

காலை வேளையில் மாடுகளை மேய்ச்சலுக்குக் கொண்டு செல்வதை 'மாடு பத்துதல்' என்றும் மேய்ந்துவிட்டு திரும்புவதை 'மாடு அடைதல்' என்றும் கூறுவர். பொழுது இருட்டு முன்னர் மாடுகளை மேய்த்துவிட்டுத் திரும்பிவிடுவதுண்டு. புதிய மாடுகளைத் தனித்து மேய்ப்பதனை 'ஒதுக்குமாடு' என்பர் என்று டாக்டர் சு.சண்முகசுந்தரம் குறிப்பிடுகின்றார்.

கொங்கு வட்டாரத்தில் கால்நடைகளை மேய்ப்பதைத் தொழிலாகக் கொண்டிருந்தனர் என்பதைத் தாலாட்டுப் பாடல்களில் அறியலாம்.

ஆராரோ, ஆரிராரோ - எங்கண்ணே
ஆராரோ, ஆரிராரோ
புல்லாங் குழலெடுத்து - எங்கண்ணே
புது மலைக்கு மாடோட்டி
புங்கம் தடி ஒடிச்சு - எங்கண்ணே
புது மலைக்கு மாடோட்டி

மாடுகளை ஓட்டுவதற்குப் புங்க மரக்குச்சிகளைப் பயன்படுத்தியதை இப்பாடல் மூலம் அறிய முடிகிறது.

மாடுகள் போலவே குதிரைகளையும் தீவனங்கள் போட்டு வளர்த்து விற்பதையும் நாட்டுப்புறப் பாடல்களில் காணலாம். அந்தியூருக்கு அருகில் உள்ள குறிச்சி என்னும் ஊரில் குதிரைகள் பழங்காலத்தில் விற்கப்பட்டதாகத் தாலாட்டுப் பாடல்களில் காணலாம். ஆனால் இப்பொழுது அந்தியூருக்கு அருகில் உள்ள

குருநாதசாமி கோயில் பண்டிகையில் குதிரைகள் விற்பதை இன்றும் காணலாம். மாடுகளைவிட குதிரை விற்பதில் அதிக இலாபம் இருப்பதால் இம்மக்கள் குதிரை வளர்ப்பதையும் தங்கள் தொழிலாகக் கொண்டிருந்தனர்.

ஆராரோ, ஆரிராரோ - எங்கண்ணே
ஆராரோ, ஆரிராரோ
கூனாங் குறிச்சியிலே - எங்கண்ணே
குதிரை விற்கும் சந்தையிலே
குதிரை விலை கூற வந்தா
கும்பனியார் உன் தகப்பன்

விறகு வெட்டும் தொழில்

நாட்டுப்புற மக்களுக்கு உணவுப் பொருட்களைச் சமைத்து உண்பதற்கு விறகுகள் தேவைப்பட்டது. காடுகளில் பட்டுப்போய் நின்ற மரக்கிளைகளும், காய்ந்து ஓடிந்து விழுந்த மரத்துண்டுகளும், அடுப்பெரிப்பதற்குப் பயன்பட்டது. மக்கள், காய்ந்த விறகுகளைச் சேமிக்கும் பழக்கத்தையும் கொண்டிருந்தனர். ஏனெனில் மழைக் காலங்களில் நனைந்த அல்லது ஈரமான விறகுகள் அடுப்பெரிக்கப் பயன்படாது. ஒருவர் வீட்டில் காய்ந்த விறகுகள் சேமிக்கப்பட்டிருக்கும்; இன்னொரு வீட்டில் இல்லாதிருக்கும். மழைக் காலங்களில் விறகு இல்லாதவர்கள் காய்ந்த விறகை அடுப்பெரிப்பதற்காகக் கடனாகப் பெற்றனர். இதன் தொடர்ச்சியாக, காய்ந்த விறகுகள் விற்பனை செய்யத் தொடங்கப்பட்டது. இதைச் சார்ந்தே விறகு வெட்டும் தொழிலும் தோன்றியது. அவ்விறகுகளைக் காடுகளிலும், மலைகளிலும் வெட்டுவர். அவ்வாறு வெட்டும் விறகுகளைத் தமக்குப் போக மீதமுள்ளதை விற்றுவிடுவர். மூங்கில்கள் வெட்டும் தொழிலைத் தாலாட்டுப் பாடல்களில் காணலாம். அவ்வாறு மூங்கில் வெட்டச் செல்லும் பொழுது கூடவே குழந்தைகளையும் எடுத்துச்செல்வர். அக்குழந்தைகளைத் தூங்கவைக்க மூங்கிலைத் தொட்டிலாகப் பயன்படுத்தியுள்ளனர்.

ஆராரோ, ஆரிராரோ - எங்கண்ணே
ஆராரோ, ஆரிராரோ
சென்னிமலை மூங்கில் வெட்டி
சிறு மூங்கில் நார் உரிச்சு
சிறு மூங்கில் தொட்டலிலே
செண்பகனார் நீ உறங்கு.

மற்றொரு பாடலில்,

> கொல்லிமலை மூங்கில் வெட்டி
> கொடி மூங்கில் நார் உரிச்சு
> கொடி மூங்கில் தொட்டிலிலே
> கோவலனே நீ உறங்கு

என்ற பாடலில் மூங்கிலில் நார் உரித்தல் போன்ற தொழில்களை நாட்டுப்புற மக்கள் செய்து வந்துள்ளதை அறியலாம். அம்மூங்கிலில் உள்ள நார்கள் கயிறு திரிப்பதற்கும் கூடைகள் பின்னுவதற்கும் தட்டிகள் செய்வதற்கும் பயன்படுகின்றன. எனவே, விறகு வெட்டும் ஒரு தொழில் மூலம் தாமும் பயன் பெற்று மற்றவர்களையும் பயன் பெறச் செய்தனர்.

நாட்டுப்புற மக்கள் மரபு வழியாகக் கடைப்பிடித்து வரும் முறைகளைக் கையாண்டு பொருட்களைத் தயாரித்தனர். அவர்கள் வாழும் பகுதியில் உள்ள மூலப்பொருட்களைக் கொண்டு கைவினைப் பொருட்களைத் தயாரித்தனர். அப்பொருட்கள் மரபுவழிக் கூறுகளைப் பெற்றிருப்பதோடு கலை அம்சம் மிகுந்ததாகவும் காணப்படுகிறது. அவ்வாறே கொங்கு நாட்டு மக்கள் மூங்கிலைப் பயன்படுத்தி தொட்டில்கள் செய்தனர். தங்கள் பயன்பாட்டிற்காகச் செய்த கைவினைப் பொருட்களை நாளடைவில் பிறர் பயன்பாட்டிற்காக சந்தையில் விற்பனை செய்தனர். இப்பொருட்கள் எல்லாம் நாட்டுப்புற மக்களின் சமூக, பொருளாதார வாழ்க்கையிலும் முக்கிய பங்கு வகித்தன.

கரும்பு வெட்டும் தொழில்

கொங்கு வட்டத் தாலாட்டுப் பாடல்களில் பயிர்த் தொழில்களில் ஒன்றான கரும்பு பயிரிடும் தொழில் அதிகமாகக் காணப்படுகிறது. சணல், பருத்தி, நெல், வாழை, புகையிலை போன்ற பணப் பயிர்களில் ஒன்றான கரும்பு வளர்ப்பு நாட்டுப்புற மக்களுக்கு அதிக பயனை அளிக்கக்கூடியதாக உள்ளன. கரும்பு பயிரிட்டு பயன்பெறுவதற்கு குறைவான மூலதனம் தேவைப்பட்டது. கரும்புத் தொழிலை நாட்டுப்புற மக்கள் அதிகமாக மேற்கொண்டனர் என்பதைக் கீழ்வரும் பாடலில் அறியலாம்.

> ஆராரோ, ஆரிராரோ - எங்கண்ணே
> ஆராரோ, ஆரிராரோ
> ஆத்துக் கரும்பு வெட்டி
> அடிக் கரும்பு நார் உரிச்சு
> அடிக் கரும்பு தொட்டலிலே
> அஞ்சும் கிளி நீ - உறங்கு

மேற்காணும் பாடலின் மூலம் கரும்பு வெட்டும் தொழிலுக்கு ஆண்கள், பெண்கள் என இருவரும் செல்வர் என்பது தெரியவருகிறது. அதனால்தான் குழந்தையையும் தொழில் செய்யும் இடத்திற்கே எடுத்துக் கொண்டு தொட்டிலில் இட்டு உறங்கச் செய்வர் என்பதையும் அறிய முடிகிறது.

கோயிலில் பூசை செய்யும் தொழில்

பூசை என்பது கடவுளுக்கு உரியது. கடவுளை வழிபட பூசைகள் செய்யப்படுகின்றன. எனவே, கிராமங்களில் உள்ள கோயில்களில் பூசை செய்வதனைத் தங்கள் தொழிலாகக் கொண்டு வாழ்பவர்கள் 'பூசாரி' என்று அழைக்கப்படுவர். இவர்கள் தெய்வச் சிலைகளைத் தண்ணீர் கொண்டு நீராட்டி சுத்தம் செய்வர். அபிஷேகப் பொருட்களான பால், பன்னீர், இளநீர், மஞ்சள், சந்தனம், திருநீறு, எண்ணெய், பழவகைகள், தேன் போன்றவற்றிற்கு சிலைகளைச் சுத்தம் செய்யக்கூடிய தன்மை உள்ளது. எனவே, இப்பொருட்களைப் பயன்படுத்துவர். பிறகு பூத்தொடுத்து அழகு செய்வர். மேலும், ஆடை அணிவித்து அழகு பார்ப்பர். சில கோயில்களில் ஆடுமாடுகளைப் பலியிடும் வழக்கம் இருப்பதால், மக்கள் கோயில்களை அசுத்தம் செய்யாமல் கண்காணிப்பதும், கோயிலில் உள்ள பொருட்களைப் பாதுகாப்பதும் ஆன செயல்களைச் செய்துவருவதும் இப்பூசாரிகளே ஆவர். இவர்கள் பரம்பரை பரம்பரையாக கடவுளுக்குத் தொண்டு செய்வதையே தங்கள் தொழிலாகக் கொண்டுள்ளனர். இவ்வகைத் தொழிலை மேற் கொண்டுள்ளவர்களைக் குருக்கள் என அழைப்பதைக் கீழ்வரும் பாடலில் அறியலாம்.

குதிரை விலை கூற வந்தா
குருக்களோ உன் தகப்பன்
கோவிலரோ உன் தகப்பன்

சந்தையில் பொருட்கள் விற்றல்

சந்தையில் ஆடு, மாடு, கோழி, குதிரை மட்டுமல்லாமல் விளையாட்டுப் பொருட்களையும், வாசனைப் பொருட்களையும் விற்கின்றனர். அப்பொருட்களின் விலையை மதிப்பீடு செய்வதையும் பாடலில் அறியலாம்.

ஆராரோ, ஆரிராரோ - எங்கண்ணே
ஆராரோ, ஆரிராரோ
பட்டணத்து சந்தையிலே - எங்கண்ணே உனக்கு
பந்து வந்து விற்குதம்மா
பந்து விலை மதிக்க - மாமன்

பட்டணமே போறான்டீ
சேலத்துச் சந்தையிலே - எங்கண்ணே உனக்கு
செண்டு வந்து விற்குதம்மா
செண்ட விலை மதிக்க - மாமன்
சீக்கிரமாப் போறான்டீ

விலை மலிவான பொருட்கள் எல்லாம் நகர்ப்புறச் சந்தைகளில் தான் விற்கும் என்பதையும், இப்பொருட்களை வாங்க கிராம மக்கள் செல்வதையும் தாலாட்டுப் பாடலில் அறியலாம். இதன் மூலம் குழந்தையின் தாய்மாமன் பொருள் வாங்குவதிலும், பொருளை மதிப்பிடுவதிலும் திறமை வாய்ந்தவன் என்பதை இப்பாடலின் வழி அறியலாம். பட்டணத்தை நாட்டுப்புற மக்கள் உயர்வாகக் கருதுகின்றனர். அங்கு கிடைக்காத பொருட்களே இல்லை என எண்ணுகின்றனர். ஆதலால் தங்களுக்குத் தேவையான பொருட்களை வாங்க பட்டணம் செல்வதையும், சேலம் போன்ற பெரிய நகரங்களைப் பட்டணம் என்று குறிப்பிடுவதையும் மேற்காணும் பாடலின் வழி அறியலாம். ஒவ்வொரு ஊரிலும் வாரத்திற்கு ஒரு முறை அல்லது இரண்டுமுறை சந்தை கூடுவதை நாம் காணலாம்.

செட்டியார் தொழில்

செட்டியார் என்னும் சாதியைத் தனியாகக் குறிப்பிட்டுச் சொல்ல இயலாத வகையில் பலவாக - பரவலாக உள்ளனர். பேரிச்செட்டி, நகரச் செட்டி, காசுக்காரச் செட்டி, நாட்டுக் கோட்டை செட்டி, முதலிய பிரிவுகளும் உண்டு. இவர்களுள் சிலர் தம்மை தன வைசியராகக் கருதிக்கொள்வதுடன் நால் வருணத்தில் மூன்றாவது வருணமாக நிலைப்படுத்துகின்றனர் என ந.சி.கந்தையாபிள்ளை குறிப்பிடுகிறார்.

செட்டியார் என்றாலே வணிகம் செய்யும் தொழிலைக் குறிப்பிடுவர். நாட்டுப்புறப் பாடல்களில் வணிகச் செட்டியாரும், வளையல் செட்டியாரும் செல்வாக்குப் பெறுகின்றனர். செட்டி, செட்டியார் என்று ஆண்களையும், செட்டிச்சி, செட்டியாரம்மா என்று பெண்களையும் சுட்டுகின்றனர். இவர்கள் திருப்பாற்கடலில் ஓடும் கப்பலில் தாழ்வடங்கள் பட்டுச்சேலை போன்றவற்றை வியாபாரம் செய்து கடல் வணிகர்களாகவும் திகழ்ந்தனர் என சு.சண்முகசுந்தரம் கூறுகிறார்.

ஆடைகளைக் கடைகளில் வைத்து விற்பனை செய்வர். அரிசி, பருப்பு, வாசனைப் பொருட்கள், வெட்டிவேர், பன்னீர் போன்றவற்றை விற்பனை செய்யும் மனிகைக் கடை வணிகராகவும் செட்டியார்கள்

விளங்குகின்றனர். தங்கள் தெருவில் விளையாடும் குழந்தைகள் செண்டை போட்டிருப்பர். அச்செண்டின் விலைகளை மதிக்கும் அளவுக்கு வணிகத்தில் வல்லவர்களாகச் செட்டிப் பெண்களும் திகழ்கின்றனர். எண்ணெய் ஆட்டும் தொழிலிலும் செட்டியார்களே முதன்மை இடத்தைப் பெறுகின்றனர். நிலக்கடலையிலும், தேங்காயிலும் செக்கின் மூலமாக எண்ணெய் எடுக்கும் செட்டியார்கள் 'வாணியன்' என்று அழைக்கப்படுவதையும் காணலாம்.

ஆண்கள் மட்டுமில்லாமல் பெண்களும் மளிகைக் கடை வியாபாரத்தில் வருமானத்தைப் பெறுகின்றனர். தங்கள் குழந்தைகளும் இது போல கடை வைத்து வியாபாரம் செய்து செல்வச் செழிப்போடு செட்டிமார்களைப் போல திகழ வேண்டும் என்ற ஒரு தாயின் உள்ளக் கிடக்கையின் வெளிப்பாடே இப்பாடல் எனலாம்.

ஆராரோ, ஆரிராரோ - எங்கண்ணே
ஆராரோ, ஆரிராரோ
அம்மா - நீ
காசளக்கும் செட்டிச்சியம்மா
கடைத் திறக்கும் வியாபாரி - நீ
முத்தளக்கும் செட்டிச்சியம்மா
முதல் கணக்கு வியாபாரி

செட்டியார்கள் வளையல்களை விற்கும் வளையல் வியாபாரியாகவும் திகழ்கின்றனர். இவர்கள் கிராமப் புறங்களுக்குச் சென்று அங்குள்ள பெண்களுக்கும் குழந்தைகளுக்கும் தேவையான வளையல்களை விற்பனை செய்து வருமானத்தை அடைவர்.

ஆராரோ, ஆரிராரோ - எங்கண்ணே
ஆராரோ, ஆரிராரோ
நீ மாமன் மகளோ
நீ மனம் அறியா பாலகனோ
என் அத்தை மகளோ - நீ
ஆளறியா பாலகனோ
வாங்க வளையல் செட்டி - என்
வண்ணகிளிக்கே பூட்டிடுங்க.

பூப்பறிக்கும் தொழில்

கிராமங்களில் பூந்தோட்டங்களை அமைத்து அவற்றில் பூச்செடிகளை வளர்த்து பூக்களைப் பறித்து அப்பூக்களைத் தொடுத்து மாலைகளாகவும், பூச்சரங்களாகவும் அமைத்து அவற்றை இறைவழிபாட்டிற்காகவும் பெண்கள், குழந்தைகள் தலையில்

சூடுவதற்காகவும் விற்பனை செய்கின்றனர். பூச்செடிகளை வைத்திருக்கும் இடத்தைப் பூக்காரத் தோட்டம் என்றும், நந்தவனம் என்றும், பூந்தோட்டம் என்றும் பலவாறு கூறுகின்றனர். தாழம்பூ, செவ்வரளி, மல்லிகை, முல்லை போன்ற பூக்கள் அதிக அளவில் பயிர் செய்யப்பட்டன.

> தங்கமலை நாட்டுக்கு - எங்கண்ணே நீ
> தாழை பறிக்கப் போனது
> தங்க மலை நாட்டாரு - உன்
> தாழையப் புடுங்கிட்டு - உன்னை
> தருக்கம் சொல்லித் தாட்டுவது
> பொன்னு மலை நாட்டுக்கு - எங்கண்ணே நீ
> பூப்பறிக்க போனது
> பூவை புடிங்கிட்டு - உனக்கு
> புத்தி சொல்லித் தாட்டுனது

என்ற பாடல் வரிகளிலிருந்து குழந்தை வேறு ஒரு ஊருக்குச் சென்று அங்கு பிறர் வளர்த்திருந்த அல்லது பயிரிட்டிருந்த பூக்களைப் பறித்து விடுகிறது. அந்த ஊர்க்காரர்கள் குழந்தையைக் கையும்களவுமாகப் பிடித்து அந்தப் பூக்களைத் தாங்கள் வாங்கிக்கொண்டு மிரட்டியும், புத்தி சொல்லியும் அனுப்பிவிடுகின்றனர். இங்கு தங்கமலை, பொன்னுமலை நாடு என்பது வேறு வேறு ஊர்களைக் குறிப்பிடுகிறது. இதில் வெளிப்படும் தாயின் உள்ளம் என்னவெனில் பிறர் பொருள் மேல் ஆசைப்படாதே என்று குழந்தைப்பருவத்திலேயே அறிவுரை கூறுவதாக அமைகிறது.

பொற்கொல்லர்

பொன்னை உருக்கி எடுத்து அணிகலன்களைச் செய்து தொழில் புரிபவர்களைப் 'பொற்கொல்லர்' என்று அழைக்கின்றனர். இவர்களுக்கு 'ஆசாரி' என்ற பின் ஒட்டு பொன் ஆசாரி, மர ஆசாரி என இரு வேறு வேறு தொழில்களைக் குறிப்பதைக் காட்டுகிறது. இவர்கள் பொன்னைத் தட்டி எடுத்து அணிகலன்களைச் செய்வதால் 'தட்டார்' என்றும் அழைக்கப்பெறுவர். குழந்தைகளுக்கு காது குத்தும் சடங்கிலும் மற்ற சடங்குகளிலும் பொற்கொல்லர் முதன்மை இடத்தைப் பெறுகின்றனர். இளங்கோவடிகளின் சிலப்பதிகாரத்தில் பொற்கொல்லரின் பாத்திரம் கதையின் போக்கினை மாற்றுவதாக அமைந்ததை நாம் அறிவோம்.

தற்காலத்தில் கொலுசு என்று வழங்கப்படும் அணிகலன் முன்னர் சலங்கை அல்லது சதங்கை என அழைக்கப்பட்டது. சிலம்புகூட

கால்களில் அணியக்கூடிய அணிகலன் ஆகும். பொதுவாக வெள்ளியினாலேயே சலங்கைகள், கொலுசுகள் செய்யப்படுவது வழக்கம். கீழக்காணும் பாடலில் குழந்தைகள் பொன்னால் செய்யப்பட்ட சலங்கை அணிந்திருந்ததைக் காணமுடிகிறது. ஆக அக்காலத்தில் செல்வச் செழிப்புள்ள குடிகளில் பொன் சலங்கைகள் அணியும் வழக்கம் உள்ளன. இவற்றைச் செய்து கொடுத்தவர்கள் பொன் ஆசாரிகள் ஆவர் என்பதையும் அறியலாம்.

ஆராரோ, ஆரிராரோ - எங்கண்ணே
ஆராரோ, ஆரிராரோ
வெள்ளி சிறு சலங்கை - கண்ணே
விளையாடும் பொன்சலங்கை
பொன் சலங்கை விலை மதிக்க
பொன்னு தட்டறான் ஆசாரி.

முத்துக்குளித்தல்

முத்துக்குளிக்கும் தொழில் தென்கடலில் அதாவது தூத்துக்குடி, கன்னியாகுமரி கடல்பகுதியில் நடைபெறுகிறது. திருநெல்வேலி மாவட்டத்தின் கொற்கை, குலசேகரப்பட்டினம் போன்ற பிற இடங்களிலும் முத்துக்குளித்தல் நடைபெறுவதை அறியலாம். பெரும்பாலும் மாசி மாதம் முத்துக்குளித்தல் நடைபெறுவதுண்டு. முத்தெடுப்பதைக் குளித்தெடுத்தல், துணிந்தெடுத்தல், மூழ்கியெடுத்தல், வாரிவரல், கொண்டுவரல் என்று விளக்கியுரைக்கின்றன தாலாட்டுப் பாடல்கள்.

முத்துக் குளிக்கும்
தென் கடலில் இருந்திட்ட
நல்ல முத்தே

என்னும் பாடலின் மூலம் தூத்துக்குடியில் இருந்து மக்கள் பலர் கொங்கு நாட்டில் குடிபெயர்ந்து வாழ்வதை அறியலாம்.

சலவைத் தொழிலாளர்கள்

ஒவ்வொரு சாதிக்குள்ளும் சில பிரிவுகள் இருப்பதைப் போல உதாரணத்திற்கு ஆசாரிகளில் பொன் ஆசாரி, மர ஆசாரி என்ற வகையினர் இருந்ததை மேற்கண்ட பாடலில் கண்டோம். இதைப் போல துணி வெளுக்கும் அல்லது சலவை செய்யும் தொழிலாளரிடமும் சில பிரிவுகள் இருந்ததைத் தாலாட்டுப் பாடல்களில் அறியலாம். "அழுக்கு ஆடைகளை வெளுத்து வண்ணம் செய்வதால் 'வண்ணார்' என்றும் ஆடைகளைச் சலவை செய்வதால்

'சலவைத் தொழிலாளர்' என்றும் அழைக்கப்படுவர். இவர்கள் மலபார் நாட்டில் 'மண்ணான்' என்றும் 'பண்ணான்' என்றும் பெயர் பெறுகின்றனர். வீரபத்திரனின் வழியினர் என்றும் சிவனிட்ட சாபத்தால் இந்நிலையை அடைந்தனர் என்றும் கூறுவதுண்டு. சமுதாய நிலையில் 'நாவிதன்' எனப்படும் அம்பட்ட சாதியினர்க்கும் கீழான நிலையில் தீண்டத்தகாதவர்களாகக் கருதப்படுகின்றவர் என தர்ஸ்டன் குறிப்பிடுகிறார்.

பள்ளர், பறையர் போன்றோர்க்குச் சலவை செய்ய தனிப் பிரிவினர் உண்டு. அவர்கள் 'பொரத வண்ணான்' என்று அழைக்கப்படுவர். வண்ணம் வண்ணத்தால் வண்ணான் என்று சொல் மாற்றம் பெறுகின்றது என டாக்டர் மா.இராசமாணிக்கனார் கூறுகிறார்.

இவர்கள் ஆடைகளைச் சுத்தம் செய்ய வெந்நீரைப் பயன்படுத்தவர். பின்னர் ஆறு, குளம் போன்ற இடத்திற்கு எடுத்துச் சென்று ஆடைகளை அழுக்குப் போகுமாறு அடித்துத் துவைத்து உலர்த்துவர். சலவை செய்யும் பெண்களை 'வண்ணாத்தி' என்றும் ஆண்களை 'வண்ணான்' என்றும் அழைத்தனர். யானை கட்டி அழுக்கெடுப்பதைக் கீழ்க்கண்ட கொங்கு வட்டத் தாலாட்டுப் பாடல் விளக்குகிறது.

ஆராரோ, ஆரிராரோ - எங்கண்ணே
ஆராரோ, ஆரிராரோ
ஆனை கட்டி அழுக்கெடுக்கும்
அங்க வண்ணான் உங்கப்பன்
குதிரை கட்டி அழுக்கெடுக்கும்
கொங்க வண்ணான் உங்கப்பன்

இப்பாடலில் வரும் அங்க வண்ணான், கொங்க வண்ணான் என்பவை சாதியின் பிரிவுகளாகும். பொதுவாக நெற்கதிர் அறுத்து முடிந்ததும், களத்து மேடுகளில் நெற்கதிர் அடிப்பார்கள். அதன் பின்பு அந்த நெற் தழைகளைக் களத்து மேட்டில் பரப்பி மாடுகளைக் கொண்டு மிதிக்க விடுவர். இதுவே சற்று செல்வச் செழிப்புள்ளவர்கள் அதிக அளவில் உள்ள நெற்தோகைகளை மிதிப்பதற்கு யானைகளைப் பயன்படுத்துவர். இது சற்று மிகையான ஒன்றுதான். இதைப்போலவே துணி வெளுக்கும் தொழிலாளி, நனைத்த துணிகளில் உள்ள அழுக்கினை நீக்குவதற்காக கைகளால் கசக்கியும் அழுக்குத்துணி சற்று அதிகமாகவும், பெரியதாகவும் இருக்கும் பட்சத்தில் கால்களில் வைத்து மிதித்தும், அழுக்கினை அகற்றுவர். இதை நாம் ஏரிக்கரை, குளக்கரைகளில் கண்டிருக்கிறோம். அழுக்குத் துணிகள் அதிகமாகக் குவிந்திருக்கும்

போது அந்த அழுக்கை நீக்குவதற்காக யானைகளை வைத்து மிதிக்கச் செய்வர் என்பதும் இப்பாடலின் வழி அறிகின்றோம். இதுவும் மிகையான ஒன்றுதான்.

மருத்துவத் தொழில்

நாட்டுப்புற மருத்துவம் காலம் காலமாக நாட்டுப்புற மக்களால் பயன்படுத்தப்பட்டு வருகிறது. ஒவ்வொரு கிராமப்புறத்திலும் மருத்துவர்கள் இருந்ததாகச் செய்தி காணப்படுகிறது. அக்காலத்தில் ஒவ்வொரு ஊரிலும் மருத்துவச்சி என்று அழைக்கப்படும் பெண்கள் இருந்தனர். இவர்களது முக்கியத் தொழில் மகப்பேறு பார்ப்பதே ஆகும். கூடவே இவர்களே குழந்தை நல மருத்துவர்களாகவும் செயல்பட்டார்கள். குழந்தைகளுக்கு ஏற்படும் சிறு சிறு நோய்களுக்கு இவர்கள் நாட்டு மருந்தினைக் கொடுத்தார்கள். பாட்டி வைத்தியம் என்ற சொற்றொடர் இதனையே உணர்த்துகிறது எனலாம்.

கொங்கு வட்டத் தாலாட்டுப் பாடல் ஒன்றில் மருத்துவச்சிகள் குழந்தையின் முகத்தில் படர்ந்திருந்த தேமல் நோயை நீக்குவதாக வருகிறது. மேலும் இதைப் போன்ற மருத்துவர்கள் கிராமப்புறங்களில் அதிகம் பேர் இருந்ததையும் கீழக்கண்ட பாடலில் நாம் அறிகின்றோம்.

ஆராரோ, ஆரிராரோ - எங்கண்ணே
ஆராரோ, ஆரிராரோ
கண்ணான கண்ணுறங்கு
கண்மணியே நீ உறங்கு
கன்னமெல்லாம் தேமலுண்டு
தேமலத் தொடைக்க வந்த
சாதிப் பெண்கள் ஆயிரமம்மா

ஒவ்வொரு மனித சமுதாயமும் தனக்கென ஒரு மருத்துவ அமைப்பு முறையைக் கொண்டுள்ளது. நோயும் மருத்துவமும் மனித இன பண்பாட்டு வரலாற்றில் பிரிக்கமுடியாதவையாகும். நாட்டுப்புற மக்கள் கையாலும் மருத்துவ முறைகளை நாட்டுப்புற மருத்துவம் என்பர். தமிழக கிராமப்புறங்களில் நாட்டுவைத்தியம், கைவைத்தியம், பாட்டிவைத்தியம், மூலிகை மருத்துவம் என்றெல்லாம் கூறுவர். மிகப் பழமையான மருத்துவமுறையென்று ஆயுர்வேத மருத்துவ முறையைக் குறிப்பிடுவர். நாட்டுப்புற மருத்துவம் அதர்வண வேதகாலத்திலேயே நடைமுறையில் இருந்தது. அறிவியல் நாகரிகம் இயந்திர வளர்ச்சி பெற்ற இக்காலத்தில்கூட நாட்டுப்புறங்களில் மட்டுமல்ல நகர்ப்புறங்களிலும் நாட்டுப்புற மருத்துவமுறை வழக்கில் உள்ளது என்பது குறிப்பிடத்தக்கது.

'செய்யும் தொழிலே தெய்வம்' என்பதற்கு இணங்க நாட்டுப்புற மக்கள் பல தொழில்களைச் செய்துவருகின்றனர். நாட்டுப்புற மக்களின் வேளாண்மைத் தொழிலும், அவர்களின் உழைப்பும் இல்லை என்றால் நம் நாட்டின் பொருளாதாரம் குன்றிப் போய்விடும். அவர்கள் செய்யும் தொழிலைத் தாலாட்டுப் பாடல்களின் மூலம் பெருமையாகப் பேசுகின்றனர்.

7. நிறைவுரை

கொங்குப் பண்பாட்டில் தாலாட்டின் வழி அறியலாகும் விழுமியங்களைத் தொகுப்பதே நமது இளைய சமுதாயத்திற்கு நாம் விட்டுச்செல்லும் சொத்துகள் ஆகும். பண்பாடு என்பது ஏதோ சில கூறுகளைக் கொண்ட தொகுப்பு என்றோ, அத்தொகுப்பில் உள்ள அனைத்தும் ஏதோ ஒரு செயல்களுக்காக மட்டுமே உள்ளது என்றோ கருத முடியாது. அவற்றை நாட்டுப்புற மக்கள் தான்தோன்றித்தனமாக ஏற்றுக்கொண்டனர் என்றும் கூற முடியாது. நம்மைப் பெற்றவர்களின் இயல்புகளுடன் அவர் பெற்றோர்களின், முன்னோர்களின் பண்புக்கூறுகளையும் கொங்கு நாட்டுத் தாலாட்டுப் பண்பாட்டில் காணமுடிகிறது. பண்பாடு என்பது மிகவும் இணக்கமுற்ற, ஒருங்கிணைந்த ஓர் ஒன்றியமாகும். இதனில் உள்ள கூறுகள் அனைத்தும் ஒன்றோடொன்று இணைந்து செயல்படுகிறது. ஒவ்வொரு கூறும் பண்பாடு என்ற முழுமைக்குள் மிகவும் எற்ற நிலையில் பொருத்தப்பட்டுள்ளது.

உறவு முறைகளுக்கு இடையே நிகழும் இணக்கங்களும் பிணைப்புகளும் ஒரு குடும்ப அமைப்பை உருவாக்குகின்றன. குடும்பத்தில் காணப்படும் உறவுகளின் தன்மையைக் கொண்டு இரத்த உறவு என்றும் திருமண உறவு என்றும் இரண்டாகப் பகுக்கப்படுகிறது. ஒருவனுக்கு குடும்பத்தில் அமைந்த உறவுகளின் அடிப்படையில் முதல் நிலை உறவு, இரண்டாம் நிலை உறவு, மூன்றாம் நிலை உறவென சுட்டப்பட்டது. உறவு நிலைகளில் தாய் சேய் உறவு நிலைக்கு அடுத்தபடியாக மாமனின் உறவு நிலையே சிறப்பாக பேசப்படுகிறது. உறவினர்களாகிய அத்தை, அத்தைமகள், தாத்தா, பாட்டி போன்றோர் குழந்தையின் மீது வைத்திருக்கும் பாசத்தை தாலாட்டுப் பாடல்கள் வழியாக அறிகின்றோம்.

பழக்கவழக்கங்கள் ஒரு சமுதாயத்தின் பண்பாட்டினை வரையறை செய்யும் முக்கியமான காரணியாகும். கொங்கு மண்டல தாலாட்டுப் பாடல்களில் காணக்கிடக்கும் பழக்கவழக்கங்கள் இவ்வுண்மையை உறுதிசெய்வதாக இருக்கிறது. இம் மக்களின் வாழ்க்கை உயிர்ப்புடன் இயங்குவதற்கு இப்பழக்கவழக்கங்களே அடித்தளமாகிறது. கொங்கு வட்ட நாட்டுப்புற மக்களின் தாலாட்டில் விளையாட்டுகள் அம்மக்களின் பழக்கவழக்கங்களில் ஒன்றாகிறது. விளையாட்டை

குழந்தைகளுக்கு ஊக்கப்படுத்தப்பட வேண்டும் என்ற நோக்கத்தை கடவுளே விரும்புவதாக உணர முடிகிறது. பொதுவாக அணிகலன்கள் அணிகின்ற பழக்கம் கொங்கு நாட்டு மக்களிடையே இருந்தது என்பதை தாலாட்டுப் பாடல்கள் உணர்த்துகின்றன. அம்மக்களைப் பொறுத்தளவில் இப்பழக்கமானது தங்கள் மூதாதையர் தங்களுக்குக் கொடுத்த தொன்மரபின் வளர்ச்சியாகவே ஏற்றுக்கொண்டிருந்தனர். இம்மக்களிடையே காது குத்துதல் ஒரு பழக்கமாக இருந்தாலும் காதுகுத்துதல் ஒரு சடங்காகவே நடந்தது. காதுகுத்தும் சடங்கில் உறவு முறைகளும் ஒன்றிணைந்து வருகின்ற பண்பாட்டைக் காண்கின்றோம். இங்கு அணிகலன் அணியும் பழக்கத்தைக் கூறும் தாலாட்டுப் பாடல்களில் அவை எம்மாதிரியான அணிகலன்கள் என்பதோடு அவை எந்த வகை உலோகத்தால் செய்யப்பட்டிருப்பது என்று கூறப்பட்டிருப்பது சிறப்பு. குழந்தைகளை தொட்டில் கட்டி இடும் பழக்கத்தை கொங்கு மண்டல தாலாட்டுப் பாடல்கள் வழியாக நாம் அறிவதோடு அத்தொட்டிலுக்கான கம்புகளாக மூங்கல், கரும்பு போன்றவற்றை பயன்படுத்துவதையும் காண முடிகிறது, பழக்க வழக்கங்களே மனிதனை முழுமையாக அறிந்துகொள்ளத் துணை செய்கின்றது. நாட்டுப்புற மக்கள் தங்களது பண்பாடாகக் கொண்டிருந்த பழக்கவழக்கங்கள் வழியாக மனிதர்களின் நெடு நாளைய பண்பாட்டு வளர்ச்சியையும் தாலாட்டுப் பாடல்கள் வழி நாம் அறிந்துகொள்கின்றோம். அவர்களது வாழ்க்கை முறை மற்றும் உறவு முறை சுகாதாரத்தைப் பதிவுசெய்து வைத்திருக்கும் அறிவுக் களஞ்சியமாக தாலாட்டுப்பாடல்கள் திகழ்கின்றன.

கொங்கு மண்டலத் தாலாட்டில் காணப்படும் நம்பிக்கைகள் அம்மக்களின் பல செயல்களுக்கு முக்கிய அடிப்படைக் காரணமாக அமைகிறது. தாலாட்டு பாடல்களில் காணப்படும் நம்பிக்கை இறை வழிபாட்டின் அடிப்படையில் தோன்றியதாகவே உள்ளன. இவற்றை சமயம் தொடர்பான நம்பிக்கைகளாக கொள்ளலாம். நம்பிக்கைகள் பாமரமக்களுக்கு மட்டுமல்லாமல் முன்னேற்றம் அடைந்த நாகரிகமான மக்களுக்கும் உண்டு. ஆகவே நம்பிக்கைகள் கொங்கு மக்கள் வாழ்வோடு பின்னிப்பிணைந்தவையாக இருக்கின்றன.

நாட்டுப்புற மக்களைப் பொறுத்தளவில் அவர்களுடைய தொழில் என்பது அவர்களது வாழ்வின் மையமாக இருந்தது. அவர்களது முதன்மைத் தொழிலாக வேளாண்மை இருந்ததையும், வேளாண் மையோடு தொடர்புடைய மாடு மேய்த்தல், மாடுகளை விற்பனை செய்தல், தொழில் கருவிகளை உருவாக்குதல் மற்றும் அக்கருவிகளை விற்பனை செய்தல் என்பதாகவே இருந்திருக்கிறது.

தொழில் மனித வாழ்விற்கு ஆதாரமான ஒன்று என்றபோதிலும் நாட்டுப்புற மக்கள் செய்யும் தொழிலானது அவர்களது உடலையும் உள்ளத்தையும் மேம்பாடடையச் செய்தது. உள்ளத்தை மேம்பாடடையச் செய்கின்ற எந்த ஒன்றும் உயர்ந்த பண்பாட்டைக் கொண்டிருக்கும் என்பதில் ஐயமில்லை.

கொங்கு மண்டல தாலாட்டுப் பாடல்களில் விறகு வெட்டும் தொழில், கரும்பு வெட்டும் தொழில், சந்தையில் பொருட்களை விற்றல், செட்டிமார் தொழில், பொற்கொல்லர் தொழில், பூப்பறிக்கும் தொழில், முத்துக்குளித்தல் தொழில் சுட்டப்பட்டுள்ளது. துணி வெளுக்கும் தொழில் செய்வோர், நாட்டுப்புற மருத்துவம் செய்வோர் போன்றோர் பற்றியும் கொங்கு நாட்டுத் தாலாட்டுப் பாடல்களில் பதிவு செய்யப்பட்டுள்ளது. தாலாட்டுப் பாடல்களில் அம்மக்கள் செய்யும் தொழில் பெருமையாகப் பேசப்படுகிறது. ஒவ்வொரு தொழிலின் பயனைக் குறிப்பிடும் தாலாட்டுப் பாடல்கள் அத்தொழில் செய்வோரின் கடமைகளையும் கூறுவதோடு, நல்ல அறிவுரைகளையும் வழங்குகிறது. இத்தாலாட்டுப் பாடல்கள் வழி மற்றொரு செய்தியையும் அறிய முடிகிறது. ஒவ்வொருவரும் அவர்களுடைய சாதிக்கு உரிமையான தொழில்களைச் செய்வதையே காணமுடிந்தது. இத்தொழில்களைப் பிற சாதியினர் செய்வது அரிதினும் அரிதாகவே காணப்படுகிறது. கொங்கு நாட்டு மக்களின் உழைப்பையும் ஆன்மாவையும் தாலாட்டுப் பாடல்கள் வெளிப்படுத்துகின்றன.

கற்றறிந்த சான்றோர்களின் இலக்கியங்களைக் கற்கும் பொழுது கல்லாதாரின் வாய்மொழி இலக்கியங்களை கற்க வேண்டும் என்ற எண்ணமும் அவசியமும் இன்றைய இணைய உலகத்திற்குத் தேவைப்படுகிறது. மனித மாண்புகள் மறித்துப்போன இக்காலத்தில் இளைய தலைமுறைகளைப் பண்படுத்த அவர்களைப் பண்பாட்டோடு பாதுகாக்கவேண்டியது நமது கடமையாகும். அவ்வகையிலே மரபுவழியாகப் பல்லாண்டுகாலமாக வாய்மொழியாகப் பாடப்பட்டு வந்த தாலாட்டுப் பாடல்களைப் பாதுகாப்பதோடு மட்டுமல்லாமல் மனித மனத்தில் பதிய வைப்பதும் அவசியமாகிறது. ஏனெனில் தாலாட்டுப் பாடல்கள் மனித உள்ளத்தின் ஆழத்தையும் அதில் வெளிப்படும் உணர்வுகளையும் இயற்கையாகப் படம்பிடித்துக் காட்டுகின்றன. ஒரு நாட்டு மக்களின் நாகரிகத்தையும் பண்பாட்டையும் பேணிக் காக்கும் உன்னதமான களஞ்சியங்களில் ஒன்றே தாலாட்டாகும்.

★★★

ஆசிரியர் குறிப்பு

முனைவர் ஸ்ரீ. உமா
இணைப்பேராசிரியர் மற்றும் தமிழ்த்துறைத் தலைவர்
ஜே.கே.கே. நடராஜா கலை மற்றும் அறிவியல் கல்லூரி
குமாரபாளையம் - 638 813.

ஜே.கே.கே. நடராஜா கலை மற்றும் அறிவியல் கல்லூரியில் தமிழ்த்துறைத் தலைவராக 15 ஆண்டுகள் பணியாற்றி வருகிறார். நாட்டுப்புறவியலில் ஆராய்ச்சிப் பட்டம் பெற்றவர். பெரியார் பல்கலைக்கழகத்தின் ஆட்சிப்பேரவை உறுப்பினராக உள்ளார். பல்கலைக்கழக நிதி நல்கையுடன் (யு.ஜி.சி) ஆய்வு மேற்கொண்டவர். மாணவர்களுக்கு தன்னம்பிக்கையூட்டும் சொற்பொழிவுகளையும், ஆன்மீகச் சொற்பொழிவுகளையும் வழங்கி வருபவர். பன்னாட்டு அளவிலும் மற்றும் தேசிய அளவிலும் நடைபெற்ற கருத்தரங்குகளில் முப்பதிற்கும் மேலான ஆய்வுக் கட்டுரைகளை வழங்கியுள்ளார். டெல்லி தமிழ்ச் சங்கம் 'கருத்துச்செம்மல்' விருதும், மதுரை, உலகத் தமிழ்ச் சங்கம் 'கவியருவி' விருதும், அமெரிக்காவின், சித்த வேதா மையம் 'ஆய்வுச் செம்மல்' விருதும் வழங்கிச் சிறப்பித்துள்ளனர்.